TỨ DIỆU ĐẾ

TỨ DIỆU ĐẾ

Việt dịch: Võ Quang Nhân - Nguyễn Minh Tiến
Hiệu đính: Nguyễn Minh Tiến

Copyright © 2017 by United Buddhiet Publisher
ISBN-13: 978-1546384618
ISBN-10: 1546384618

© All rights reserved. No part of this book may be reproduced by any means without prior written permission from the publisher.

ĐỨC ĐẠT-LAI LẠT-MA XIV

TỨ DIỆU ĐẾ

Nền tảng những lời Phật dạy

Nguyên tác: **THE FOUR NOBLE TRUTHS**
(1997)
Bản dịch Anh ngữ: *Geshe Thupten Jinpa*
Hiệu chỉnh: *Dominique Side*
Việt dịch: Võ Quang Nhân - Nguyễn Minh Tiến
Hiệu đính: Nguyễn Minh Tiến

NHÀ XUẤT BẢN LIÊN PHẬT HỘI

LỜI NGỎ CÙNG QUÝ ĐỘC GIẢ

Trước khi được đức Dalai Lama XIV ban tặng quyển "The Four Noble Truths" (bản Anh ngữ) và nhiều lời dạy chân ý, dịch giả đã có một ước nguyện rằng tất cả công đức có được từ các việc thiện của mình sẽ hồi hướng đến Tam bảo, cho những người hữu duyên là đối tượng của việc đang làm, và cho mọi chúng sinh.

Bản dịch Việt ngữ này là một đáp ứng với nguyện ước trên.

Nhân đây xin có vài lời ngắn gọn về cuộc đời hoạt động của đức Dalai Lama thứ 14.

Ngài sinh ra ngày 6 tháng 7 năm 1935 tại ngôi làng nhỏ Taktser, phía đông Tây Tạng, gần biên giới Trung Hoa, trong một gia đình nông dân nghèo, với tên gọi là Lhamo Dhondup. Theo truyền thống đi tìm vị lãnh đạo tôn giáo tái sinh sau khi vị tiền nhiệm (tức là đức Dalai Lama thứ 13) đã qua đời, Ngài được phát hiện vào lúc mới hai tuổi, và sau đó được chọn trở thành vua xứ Tây Tạng và là vị Dalai Lama thứ 14 vào năm 1940, với tên gọi mới là Jetsun Jamphel Ngawang Lobsang Yeshe Tenzin Gyatso, thường được viết tắt trên các ấn bản là Tenzin Gyatso. Khi 25 tuổi, tức là vào năm 1959, Ngài hoàn tất trình độ Geshe Lharampa, tức học vị tiến sĩ Phật học Tây Tạng. Ngài được thế giới phương Tây biết đến nhiều do việc hết lòng truyền bá những tinh thần Phật giáo như là đức từ bi, lập trường bất bạo động và tôn trọng chúng sinh, bảo vệ môi trường sống...

Năm 1989, Ngài được tặng giải Nobel Hòa Bình do đã có nhiều cống hiến cho mục đích hòa bình của nhân loại.

Nay, tuy đã ngoài 70 tuổi, đức Dalai Lama vẫn vô cùng bận rộn. Ngài sẵn sàng đi đến mọi miền, mọi nơi, mọi xứ sở từ Đông sang Tây để mang thông điệp hoà bình và truyền bá tinh thần Phật giáo. Số lượng sách viết về những điều Ngài truyền bá hoặc do Ngài giữ bản quyền có đến hàng trăm tựa. Trong đó, không ít sách được xếp vào loại "best-selling" (bán chạy nhất). Nội dung giảng dạy của Ngài không chỉ giới hạn trong Phật giáo Đại thừa, Mật tông, hay Trung quán tông, mà còn bao trùm nhiều mặt khác liên quan đến mọi khía cạnh của cuộc sống như là đạo đức, cách sống, phương pháp để có được hạnh phúc cá nhân, gia đình... Ngài cũng đề cập đến cả những vấn đề tương quan giữa triết học Phật giáo và khoa học.

Quyển "The Four Noble Truth" là một tác phẩm có tính chất kinh điển ghi lại những lời giảng dạy của Ngài và được chuyển dịch sang Anh ngữ từ năm 1997. Mặc dù là tác phẩm kinh điển, nhưng cách trình bày theo ngôn ngữ hiện đại sẽ dẫn dắt người đọc đến với những khái niệm cơ bản nhất của Phật giáo theo một cách dễ hiểu và dễ nắm bắt. Ngoài ra, khi có dịp Ngài cũng

LỜI NGỎ CÙNG QUÝ ĐỘC GIẢ

đưa vào trong các thuyết giảng của mình những so sánh, đánh giá và quan điểm Phật học trong mối liên hệ với tri thức khoa học hiện đại, nhất là trong các lĩnh vực vật lý học, thần kinh học và tâm lý học. Qua cuốn sách này, người đọc có thể hình dung được phần nào những giáo pháp cơ bản của đức Phật Thích-ca, được áp dụng để giải thích và quán chiếu vào các hiện tượng thường ngày trong cuộc sống, nhằm bước đầu khai mở con đường dẹp bỏ đau khổ, đi đến hạnh phúc viên mãn.

Đức Dalai Lama trình bày những lời giảng này không chỉ dành riêng cho Phật tử mà còn cho cả các đối tượng khác nữa, ngay cả những người không có tín ngưỡng hay không theo Phật giáo. Vì thế, để việc theo dõi nội dung sách được thuận lợi, xin nêu một số quy ước chung mà dịch giả sử dụng trong sách này:

Về ấn bản Anh ngữ được sử dụng:

Quyển The Four Noble Truths này được nhà Thorson ấn hành lần đầu tiên năm 1997. Năm 2002, cũng nhà Thorson đã cho tái bản với nhan đề mới là "A Simple Path". Lần tái bản này, sách được duyệt lại, hiệu chỉnh một đôi chỗ về mặt văn chương, nhưng nói chung vẫn giữ nguyên những nội dung thuyết giảng của đức Đạt-lai Lạt-ma. Điểm thay đổi đáng kể nhất là phần phụ lục bài nói chuyện về chủ đề từ bi mang tựa đề "Compassion, the Basic for Human Happiness" cùng với các nội dung hỏi đáp ở cuối mỗi phần đã *được lược bỏ. Thay vào đó, sách được in khổ lớn hơn và thêm vào rất nhiều hình ảnh minh họa.*

Khi chuyển dịch, chúng tôi chọn sử dụng ấn bản đầu tiên năm 1997, vì muốn giữ lại cả phần phụ lục mà chúng tôi thấy là rất có ý nghĩa đối với những ai thực sự muốn thực hành giáo pháp Tứ diệu đế. Tuy nhiên, trong quá trình thực hiện bản dịch, chúng tôi cũng thường xuyên tham khảo sách A simple Path, bởi thấy rằng có một số chỉnh sửa rất hợp lý về mặt văn phong trong bản in lần thứ hai này và nên cập nhật cho bản dịch Việt ngữ để nội dung được hoàn thiện hơn. Mặc dù việc này có làm cho công việc thêm phần khó khăn, phức tạp hơn đôi chút, nhưng chúng tôi tin rằng như vậy sẽ có thể cống hiến cho độc giả một bản dịch tương đối hoàn thiện hơn. Nếu có bất cứ sai sót nào trong quá trình thực hiện công việc đối chiếu so sánh này, chúng tôi xin hoàn toàn nhận lỗi về mình và mong được sự quan tâm chỉ giáo của các bậc thức giả.

Về các thuật ngữ có liên quan đến gốc tiếng Phạn (Sanskrit hay Pali):

Ngoại trừ các tên đã được Việt hóa quen thuộc và quá thông dụng, các quy tắc sau đây sẽ được áp dụng một cách tương đối:

1. *Các thuật ngữ là nhân danh, địa danh sẽ được dùng ở dạng Latinh hóa của tiếng Phạn. Lý do là hầu hết các tên này đều chỉ được phiên âm lại từ ngôn ngữ trung gian là tiếng Hán, và đa số các từ phiên âm*

LỜI NGỎ CÙNG QUÝ ĐỘC GIẢ

này không phản ánh đúng cách đọc hay nghĩa của từ. Để độc giả tiện liên hệ, các tên phiên âm sẽ được đưa vào phần phụ chú và Bảng thuật ngữ (cuối sách) cùng với những cách chuyển dịch sang Việt ngữ mà dịch giả đã được biết.

2. Tên các bộ phái lớn trong Phật giáo, tên kinh sách sẽ ưu tiên dùng các thuật ngữ đã được Việt hóa theo ý nghĩa. Tuy nhiên, khi có nhiều thuật ngữ được diễn dịch khác nhau thì dịch giả sẽ chọn thuật ngữ nào thích hợp nhất. Đồng thời, tùy theo ngữ cảnh, các thuật ngữ quen thuộc cũng có thể được chọn dùng.

3. Trong nhiều trường hợp, một số thuật ngữ có cách viết gốc Phạn (đã Latinh hóa) và cũng có cách viết dịch nghĩa (hay phiên âm) trong tiếng Việt nhưng lại được sử dụng đan xen nhau. Lý do là vì tôn trọng văn phong của bản dịch Anh ngữ cũng như để thuận tiện cho việc giới thiệu các thuật ngữ tiếng Phạn với người đọc. Tương tự, cách viết Phạn ngữ trong bản tiếng Anh vẫn được giữ nguyên (ví dụ: moksha...) nhưng trong bản dịch sẽ cố gắng dùng cách viết chuẩn (ví dụ: mokṣa) và đôi khi thêm phần chú giải để làm rõ hơn (ví dụ: ...Phạn ngữ là mokṣa, phiên âm là mộc-xoa - 木叉)...

4. Các thuật ngữ đều dựa vào những từ điển Phật học và từ điển Hán Việt sẵn có ở các địa chỉ trên mạng Internet như là vi.wikipedia.org, http://www.quangduc.com/tudien/index.html, http://perso.orange.fr/dang.tk/langues/hanviet.htm... Tuy nhiên, những từ không tìm thấy trong các từ điển này sẽ được chuyển dịch bằng cách tham khảo các từ điển Anh ngữ và các chú giải Phật học bằng Anh ngữ tìm được trong các cơ sở dữ liệu của những trang web liên hệ đến Phật giáo, đặc biệt là Phật giáo Tây Tạng.

Về cách viết tên đức Đạt-lai Lạt-ma thứ 14:

Kể từ đây về sau, nếu không có chú thích gì thêm thì cụm chữ Dalai Lama hay Đạt-lai Lạt-ma sẽ được dùng để chỉ ngài Tenzin Gyatso tức là vị Dalai Lama thứ 14. Ngoài ra, chiếu theo nguyên bản, trong phần Hỏi đáp, chữ viết tắt "HHDL" (từ chữ His Holiness the Dalai Lama) bắt đầu của mỗi câu trả lời sẽ được giữ nguyên.

Về mặt trình bày:

Trong bản Anh ngữ, các chú thích được đánh số thứ tự (1, 2, 3...) riêng trong từng chương và tất cả nội dung chú thích được đưa về cuối sách, cũng phân theo từng chương. Tuy nhiên, trong nhiều trường hợp, dịch giả cảm thấy cần có thêm các phụ chú để làm rõ nghĩa hay để đối chiếu với các thuật ngữ Phật học tiếng Việt, hoặc chỉ nhằm nêu ra các tài liệu tham khảo để độc giả có thể nghiên cứu sâu hơn. Vì thế, trong bản dịch này sẽ có cả 2 loại chú thích, một được dịch từ nguyên tác Anh ngữ, và một là do người dịch soạn thêm vào. Tất cả đều sẽ được đặt ngay ở cuối mỗi trang để người đọc tiện theo dõi. Và để phân biệt, những chú thích nào của người dịch sẽ có thêm cụm từ (ND) ở cuối. Ngoài ra, với cách trình bày song ngữ Anh-Việt, những độc giả sử dụng được Anh ngữ sẽ có thể dễ dàng đối chiếu ngay với nguyên tác khi cần thiết.

Về mặt tham chiếu:

Ngoài phần đề nghị đọc thêm của bản Anh ngữ, dịch giả cũng cố gắng giới thiệu thêm một số tài liệu tham khảo khác, đặc biệt là những tài liệu sẵn có trên Internet và những tài liệu bằng Việt ngữ có thể tìm được tại Việt Nam. Những tài liệu này rất hữu ích cho việc nghiên cứu sâu hơn hay giúp hiểu rõ hơn những ý tưởng mà đức Dalai Lama muốn truyền giảng.

Trong phần cuối sách, dịch giả có đưa thêm vào bảng thuật ngữ sẵn có một số từ vựng đối chiếu có gốc Phạn đã Latinh hóa kèm với nghĩa tiếng Việt. Phần này được soạn ra nhằm giúp độc giả có thêm một số từ vựng quen thuộc khi đọc các tài liệu Phật giáo bằng Anh ngữ.

TỨ DIỆU ĐẾ

Một số điểm khác biệt trong bản Việt ngữ:

- *Dùng hình ảnh minh họa từ nhiều nguồn khác nhau, đặc biệt là từ trang từ điển mở wikipedia.org*

- *Ngoài ra, dành riêng cho độc giả Việt Nam, dịch giả có thêm phần phụ lục là bài luận của Tiến sĩ B. Alan Wallace về cuộc thảo luận giữa các nhà thần kinh học và các vị đại sư Tây Tạng trong Hội nghị Tâm thức và cuộc sống (Mind and Life Conference) lần thứ hai năm 1998. Bài luận này là phần kết của cuốn sách "Consciousness at the Crossroads: Conversations with the Dalai Lama on Brain Science and Buddhism" (Snow Lion - Ithaca, New York, 1999).*

Cuối cùng, vì sự giới hạn nhất định trong khả năng diễn dịch những vấn đề sâu sắc và uyên áo, người dịch biết chắc không thể tránh khỏi ít nhiều sai sót. Mong rằng quý độc giả có thể "được ý quên lời", bỏ qua cho những thiếu sót của dịch giả. Nguyện ước rằng tập sách này sẽ mang lại nhiều thiện nghiệp và lợi ích cho độc giả.

Trong lúc chuyển ngữ, dịch giả đã hết sức cố gắng dùng từ vựng thật sự thông dụng dễ hiểu. Tuy nhiên, vì mức độ phức tạp của đề tài và kiến thức sâu rộng của tác giả nên khó tránh được một số điểm trình bày khó hiểu hay chưa hoàn thiện. Dịch giả chân thành xin các bậc cao minh rộng lòng chỉ giáo và xin hoan hỉ đón nhận mọi sự góp ý hay khuyên bảo.

Cuối cùng, do sở nguyện, dịch giả không hề nhận về cho mình bất cứ một nguồn lợi vật chất nào trong việc ấn loát và phát hành. Tất cả sẽ được quyên góp về cho cộng đồng người Tây Tạng. Kính mong chư vị độc giả hay tổ chức nào có khả năng tài chính, nếu nhờ vào sách này mà có được ít nhiều niềm vui trong cuộc sống, hãy hỗ trợ cộng đồng người Tây Tạng bằng cách quyên góp cho một trong các địa chỉ liên lạc của các tổ chức thiện nguyện bất vụ lợi sau đây, hoặc gửi đến bất kì tổ chức quyên góp cho người Tây Tạng nào khác:

- Tổ chức Tibet Fund: **http://www.tibetfund.org/help.html**
- Sáng Hội Dalai Lama: **http://www.dalailamafoundation.org/**
- Tổ chức Tibet Aid: **http://www.tibetaid.org/index.htm**

Chân thành cảm tạ,

Namo Shakyamuni

VÕ QUANG NHÂN

TỨ DIỆU ĐẾ

LỜI ĐẦU SÁCH

Tháng 7 năm 1996, đức *Dalai Lama* có một loạt các bài giảng về tư tưởng và thực hành cho Phật tử ở *Barbican Center (Trung tâm Barbican)* tại Luân Đôn. Những buổi thuyết pháp này được sự hỗ trợ từ *Network of Buddhist Organisations* (Liên hiệp các Tổ chức Phật giáo) tại Vương quốc Anh.

Cốt lõi của tập sách này hình thành từ chủ đề trọng tâm các bài giảng của đức *Dalai Lama* trong dịp này, bao gồm giáo lý *Tứ diệu đế,* là nền tảng mọi giáo pháp của đức Phật. Trong các bài giảng, Ngài đã giải thích đầy đủ về chủ đề này, giúp chúng ta có được sự hiểu biết rõ hơn về *Tứ diệu đế.*

Phần phụ lục có tựa đề *"Từ bi, cơ sở cho hạnh phúc con người",* là bài nói chuyện của Ngài trước công chúng tại *Free Trade Center (Trung Tâm Mậu Dịch Tự Do)* ở *Manchester.* Sự kiện này được tổ chức bởi *Tibet Society* thuộc Vương quốc Anh - là một trong những tổ chức hỗ trợ người Tây Tạng ra đời sớm nhất. Phần này đề cập tới từ bi, bổ túc một cách hoàn mỹ cho các lời dạy về *Tứ diệu đế,* bởi vì đây là những minh họa cụ thể về cách ứng dụng những lời dạy của đức Phật vào đời sống hằng ngày.

TỨ DIỆU ĐẾ

Vì thông điệp trọng tâm của đức *Dalai Lama* trong các bài nói chuyện là lòng từ bi và giảng dạy về cách thức để sống một cuộc đời nhân hậu, nên chúng tôi hy vọng rằng những điều trình bày trong sách này sẽ lý thú và ích lợi cho bất cứ ai, dù thuộc tôn giáo nào, hay thậm chí là không chia sẻ lòng tin với tôn giáo.

Văn phòng về Tây Tạng (*The Office of Tibet*) ở Luân Đôn xin gửi lời cảm tạ đến *Cait Collins* và *Jane Rasch*, những người đã chuyển thành văn viết từ các băng ghi âm, và *Dominique Side* cùng với ngài *Geshe Thupten Jinpa*, người dịch sang Anh ngữ, trong việc hoàn chỉnh văn bản để ấn hành.

Bà *Kesang Y Takla*

Đại diện của đức *Dalai Lama*
tại Luân Đôn

LỜI NÓI ĐẦU

Tứ diệu đế là nền tảng cốt lõi của giáo lý nhà Phật, và do đó rất quan trọng. Thật ra, nếu các bạn không có sự hiểu biết về *Tứ diệu đế*[1] cũng như chưa tự mình thể nghiệm chân lý của lời dạy này thì các bạn sẽ không thể thực hành Phật pháp. Do đó, tôi luôn luôn hoan hỷ mỗi khi có cơ hội để giảng giải về *Tứ diệu đế*.

Nói một cách tổng quát, tôi tin rằng hầu hết các tôn giáo trên thế giới đều có khả năng phục vụ nhân loại và đào tạo những con người tốt đẹp. Khi dùng từ *"tốt đẹp"*, ý tôi không muốn nói đến những người có vẻ ngoài xinh đẹp, mà là những người có tâm hồn tốt đẹp và lòng từ ái cao quý. Vì thế, tôi luôn cho rằng việc duy trì truyền thống tôn giáo của mỗi cá nhân là tốt hơn, bởi vì sự thay đổi tôn giáo có thể sẽ dẫn đến những khó khăn về trí tuệ và tình cảm. Chẳng hạn như, văn

---

[1] Chữ đế (諦) tiếng Hán-Việt có nghĩa là xét kỹ, chăm chú, như đế thính (lắng nghe). Trong Phật giáo, chữ này thường được hiểu là chân lý Tứ diệu đế còn có những tên gọi khác như Tứ thánh đế, Bốn chân lý cao cả ... (ND)

hóa tôn giáo truyền thống ở nước Anh là Ki Tô giáo, và những người Anh có thể sẽ cảm thấy tốt hơn khi vẫn giữ theo tôn giáo đó.

Mặc dù vậy, đối với những ai cảm thấy tôn giáo truyền thống không hiệu quả cho mình, cũng như đối với những ai thật sự chưa có niềm tin vào tôn giáo, thì cách giải thích sự việc của đạo Phật có thể là cuốn hút. Trong những trường hợp đó, việc tin theo Phật giáo có thể là đúng đắn. Nói chung, tôi cho rằng có được đôi chút hiểu biết về tôn giáo vẫn hơn là không hiểu biết gì. Nếu bạn thật sự cảm thấy bị thu hút bởi những pháp môn tu tập của Phật giáo cũng như phương thức rèn luyện tinh thần của người Phật tử, thì điều quan trọng là phải cân nhắc thật cẩn thận, và chỉ khi nào cảm thấy Phật giáo thật sự thích hợp cho mình mới nên tiếp nhận đạo Phật và trở thành một Phật tử.

Ở đây còn một điểm nữa rất quan trọng. Có một khuynh hướng tự nhiên ở con người là, đôi khi, để biện minh cho sự tiếp nhận một tôn giáo mới, chúng ta thường phê phán tôn giáo cũ của mình, hoặc tôn giáo truyền thống của quốc gia mình, và cho rằng nó thiếu sót. Thật không nên làm như thế!

Thứ nhất, mặc dù tôn giáo trước đây có thể không hữu hiệu cho bạn, nhưng điều đó không có nghĩa là nó hoàn toàn vô giá trị đối với hàng triệu người khác. Chúng ta nên tôn trọng hết

LỜI NÓI ĐẦU

thảy mọi con người, và do đó ta phải tôn trọng cả những người tin theo các tôn giáo khác. Hơn nữa, tôn giáo trước đây của các bạn, cũng giống như mọi tôn giáo khác, đều có khả năng giúp ích cho một số người nào đó. Rõ ràng là đối với một số người, cách tiếp cận của Ki Tô giáo có khi lại hữu hiệu hơn so với Phật giáo. Điều đó còn tùy thuộc vào khuynh hướng tinh thần của mỗi cá nhân. Do vậy, chúng ta phải biết trân trọng khả năng giáo hóa của mỗi tôn giáo, và tôn trọng tất cả những người tin theo các tôn giáo đó.

Thứ hai, chúng ta giờ đây đang được biết đến nhiều truyền thống tôn giáo của thế giới và đang cố gắng phát triển một sự hòa hợp chân thật giữa các tôn giáo. Điển hình của nỗ lực này là cuộc họp mặt nhiều đại biểu tôn giáo khác nhau tại *Assisi* năm 1986 để bàn về tôn giáo và môi trường.[1] Tôi nghĩ hiện nay đang có nhiều sự giao thoa giữa các niềm tin khác nhau và ý tưởng về sự đa dạng tôn giáo đang được hình thành. Đây là một dấu hiệu rất khích lệ. Vào thời đại mà người ta đang cố gắng phát triển sự hiểu biết tôn giáo chân thật ở khắp mọi nơi thì khuynh hướng phê phán của cá nhân riêng lẻ có thể rất có hại.

Dựa trên những luận điểm này, chúng ta nên duy trì sự tôn trọng đối với các tôn giáo khác.

---

[1] Lần gặp gỡ đầu tiên của các lãnh tụ tôn giáo chính và các nhà lãnh đạo môi trường là ở Assisi, Ý, vào năm 1986, được tổ chức bởi "The World Wide Fund for Nature".

Sở dĩ tôi mở đầu bằng những điểm như trên là vì khi thật sự giải thích về *Tứ diệu đế*, tôi buộc phải chứng minh rằng đạo Phật là tốt đẹp nhất! Hơn nữa, nếu các bạn hỏi rằng tôn giáo nào tốt nhất cho tôi thì câu trả lời không ngần ngại của tôi sẽ là Phật giáo. Nhưng điều đó không có nghĩa rằng đạo Phật là tốt nhất cho tất cả mọi người - chắc chắn là không! Do vậy, trong suốt buổi giảng này, khi tôi nói rằng với tôi đạo Phật là tốt nhất thì xin các bạn đừng hiểu nhầm ý tôi.

Tôi muốn nhấn mạnh thêm rằng khi tôi nói tất cả các tôn giáo đều có khả năng giáo hóa lớn lao, thì đó không chỉ là cách nói lịch sự hay xã giao. Điều hiển nhiên là, dù muốn hay không thì toàn thể nhân loại này cũng không thể đều là Phật tử. Tương tự, cũng không thể đều là Ki Tô giáo hay Hồi giáo... Ngay cả ở Ấn Độ vào thời Phật tại thế thì cũng không phải tất cả mọi người đều theo đạo Phật! Đây là một sự thật. Hơn nữa, tôi không chỉ đọc sách về các tôn giáo khác mà còn đã từng gặp gỡ các vị tu hành chân chính của những truyền thống tín ngưỡng khác. Chúng tôi đã trao đổi về những kinh nghiệm tâm linh sâu sắc, đặc biệt là những trải nghiệm về lòng thương yêu. Tôi đã nhận ra được tình thương chân thật và rất mãnh liệt trong tâm tư của họ. Do đó, tôi kết luận rằng các tôn giáo khác nhau đó đều có khả năng làm phát triển một tâm hồn tốt đẹp.

Cho dù chúng ta có ưa thích giáo lý của

LỜI NÓI ĐẦU

những tôn giáo khác hay không thì điều đó cũng không thật sự quan trọng. Với người không theo Phật giáo thì ý tưởng về *Niết-bàn* và kiếp sau dường như vô nghĩa. Tương tự, với những người Phật tử thì tư tưởng về một đấng Sáng thế nghe thật phi lý. Nhưng những điều này không quan trọng, có thể bỏ qua. Điều quan trọng là, nhờ vào các truyền thống tôn giáo khác nhau này, một người rất tồi tệ có thể được chuyển hóa thành một người tốt đẹp. Đó là mục đích của tôn giáo - và đó là kết quả thực tiễn. Chỉ riêng điểm này thôi cũng đủ là lý do để tôn trọng các tôn giáo khác.

Cuối cùng, như các bạn có thể đã biết, đức Phật giáo huấn bằng những phương cách khác nhau, và đạo Phật có nhiều hệ thống triết lý dị biệt như là *Tỳ-bà-sa bộ* (Vaibhāshika), *Kinh lượng bộ* (Sautrāntika), *Duy thức tông* (Cittamātra), *Trung quán tông* (Mādhyamika)...[1] Mỗi trường phái kể trên đều trích dẫn lời đức Phật từ kinh điển. Nếu như đức Phật đã dạy những điều khác biệt nhau, thì có vẻ như tự Ngài không nắm chắc được chân tướng của sự việc. Nhưng sự thật không phải vậy, mà là do đức Phật biết rõ được những căn cơ khác nhau của các đệ tử ngài. Mục đích chính của sự giáo hóa là để giúp ích cho con người chứ không phải để được nổi tiếng. Cho nên, những điều Ngài dạy là thích hợp với căn cơ của từng người nghe. Vì thế, chính bản thân đức

TỨ DIỆU ĐẾ

Phật *Thích-ca Mâu-ni* rất tôn trọng quan điểm và nhân cách của mỗi cá nhân. Một giáo pháp có thể là rất thâm diệu, nhưng nếu không phù hợp với một người nào đó, thì sự giảng giải giáo pháp đó phỏng có ích gì cho người ấy? Trong ý nghĩa này, Phật pháp tựa như một liều thuốc. Giá trị chính của liều thuốc là ở chỗ nó chữa được bệnh chứ không ở nơi số tiền bỏ ra mua nó. Chẳng hạn, một loại thuốc có thể là rất quý và đắt tiền, nhưng nếu nó không thích hợp với người bệnh thì chẳng có ích gì cả.

Vì có nhiều hạng người khác nhau trên thế giới, nên chúng ta cần có những tôn giáo khác biệt nhau. Tôi xin đưa ra một ví dụ về chuyện này. Khoảng đầu thập niên 1970, có một kỹ sư người Ấn hết sức nhiệt thành tin theo Phật giáo và cuối cùng đã trở thành một tăng sĩ. Anh ta là người hết sức chân thành và dễ mến. Rồi một ngày nọ, tôi giảng giải cho anh ta về giáo lý *vô ngã* của đạo Phật, tức là giáo lý phủ nhận sự tồn tại của một bản ngã độc lập hay linh hồn.[1] Anh ta đã thật sự chấn động đến độ run rẩy toàn

---

[1] "Không có linh hồn" hay "không có tự ngã" được chuyển dịch từ thuật ngữ tiếng Phạn *anatman*. Giáo lý này là phần thứ ba trong Tứ pháp ấn (Four Seals), tức là bốn điểm giúp phân biệt giáo pháp của đức Phật với tất cả những triết thuyết và tôn giáo khác. Tứ pháp ấn là: Tất cả các pháp nhân duyên đều *vô thường*, tất cả các pháp nhiễm ô đều là *khổ*, tất cả các pháp đều không có tự ngã (*vô ngã*), và Niết bàn là sự an tĩnh chân thật, hay tịch tĩnh.

thân. Nếu quả thật không có linh hồn vĩnh cửu thì anh ta sẽ cảm thấy thiếu vắng một điều gì đó rất thiết yếu. Anh ta đã hoàn toàn kinh hãi. Tôi thấy là rất khó để giảng giải với anh ta ý nghĩa *vô ngã*. Phải cần đến nhiều tháng trời, và cuối cùng thì sự kinh sợ của anh ta mới giảm dần. Vì thế, đối với những người như anh ta thì tốt hơn nên thực hành một giáo pháp dựa trên *bản ngã* (*atman*) hay lòng tin vào sự hiện hữu của linh hồn.

Nếu nhận thức được tất cả những điểm vừa nêu trên, chúng ta sẽ thấy rất dễ dàng có được sự trân trọng và đánh giá đúng về những truyền thống tín ngưỡng khác hơn là tôn giáo mà chúng ta đang tin theo.

CÁC NGUYÊN LÝ CƠ BẢN CỦA PHẬT GIÁO

Mỗi khi giới thiệu những lời Phật dạy, tôi luôn chú ý trình bày theo hai nguyên lý cơ bản. Nguyên lý đầu tiên là bản chất phụ thuộc lẫn nhau của thực tại.[1]

---

[1] Nguyên lý duyên khởi, hay có nguồn gốc phụ thuộc được dịch từ chữ Phạn Pratiyasamutpada. Đây là luật tự nhiên, khi mọi hiện tượng phát sinh hay khởi lên đều "phụ thuộc vào" các nguyên do (nhân) của chúng. Mỗi sự vật khởi lên đặc trưng do bởi và phụ thuộc bởi sự kết hợp đồng thời của các nguyên do (nhân) và điều kiện (duyên); không có nhân duyên, chúng không thể xuất hiện.

Mọi triết lý Phật giáo đều dựa trên hiểu biết về chân lý cơ bản này. Nguyên lý thứ nhì là nguyên lý bất bạo động, nguyên lý này định hướng hành vi của những người thực hành đạo Phật, tức là những người có quan điểm công nhận bản chất phụ thuộc lẫn nhau của thực tại. Ý nghĩa thiết yếu của nguyên lý bất bạo động là chúng ta nên cố hết sức để giúp đỡ người khác, và nếu không thể giúp đỡ thì chí ít cũng phải không làm những việc gây tổn hại cho họ. Trước khi đi vào giảng giải chi tiết về *Tứ diệu đế*, tôi muốn được phác thảo sơ qua những nét chính của hai nguyên lý trên để làm nền tảng.

Quy y và phát tâm Bồ-đề

Trước hết tôi xin giới thiệu hai nguyên lý này bằng các thuật ngữ Phật giáo truyền thống. Chúng ta chính thức trở thành một Phật tử khi ta quyết định quy y *Tam bảo* và phát tâm *Bồ-đề*, được hiểu như là phát khởi lòng từ bi, tâm vị tha, hay một tâm hồn cao đẹp. *Tam bảo* của Phật giáo bao gồm đức Phật, Pháp - tức là giáo pháp của Phật, và Tăng-già, tức là cộng đồng những người tu tập theo giáo pháp của Phật. Như vậy, rõ ràng ý tưởng giúp đỡ người khác là cốt lõi của cả việc quy y và phát tâm *Bồ-đề*. Việc thực hành phát tâm *Bồ-đề* rõ ràng kéo theo sự tự nguyện có các hành động với mục đích chủ yếu nhằm giúp đỡ người khác; trong khi đó, việc thực hành quy y đặt một nền tảng dẫn dắt người tu tập theo một nếp sống đạo đức và giới hạnh, tránh mọi hành động gây tổn hại người khác và tôn trọng luật nghiệp báo.

Chúng ta sẽ không thể có được nhận thức ở mức cao về tâm *Bồ-đề*, trừ phi chúng ta có được một thể nghiệm nền tảng tốt đẹp của việc thực hành quy y *Tam bảo*. Vì lý do này mà sự phân định một cá nhân có phải là Phật tử hay không được dựa trên cơ sở người đó đã quy y *Tam bảo* hay chưa.

Mặc dù thế, khi nói về quy y *Tam bảo*, ta không nên nghĩ đó chỉ đơn giản là một buổi lễ quy y chính thức với một vị thầy, hay chỉ nhờ vào hiệu lực của việc tham dự một buổi lễ quy y như thế mà ta có thể trở thành Phật tử. Thật sự là có nghi thức quy y trong Phật giáo, nhưng nghi thức này không phải là điểm quan trọng. Điều quan trọng nhất là, nhờ vào kết quả của sự tự quán chiếu, suy xét, ngay cả khi không có một bậc thầy, mà các bạn đã hoàn toàn tin tưởng vào *Phật, Pháp, Tăng* như là đối tượng chân thật tuyệt đối để nương tựa và làm theo, và chỉ khi ấy bạn mới thật sự trở thành một Phật tử. Bạn giao phó phần hạnh phúc tâm linh của mình cho *Tam bảo*, và đây mới là ý nghĩa thực sự của việc quy y. Nói cách khác, nếu có bất kỳ sự nghi ngờ hay do dự nào trong lòng bạn về giá trị của *Phật, Pháp, Tăng* như là các đối tượng chân thật tuyệt đối để quy y, thì cho dù bạn có tham dự nghi thức quy y, chính sự nghi ngờ và do dự đó cũng sẽ ngăn không cho bạn trở thành một Phật tử thật sự, ít nhất là vào thời điểm đó. Do vậy, điều quan trọng là phải hiểu rõ được về các đối tượng của sự quy y.

Khi nói về *Phật* trong nội dung này, chúng ta không nên giới hạn việc hiểu chữ Phật trong ý nghĩa về một nhân vật lịch sử đã từng sinh ra ở Ấn Độ.[1] Thay vì vậy, ta nên hiểu về quả vị Phật[2] dựa trên các tầng bậc của sự tỉnh thức, hoặc các mức độ chứng ngộ của tâm thức. Ta nên hiểu sự giác ngộ (quả vị Phật) như là một trạng thái tinh thần của chúng sinh. Đây là lý do tại sao các kinh văn Phật giáo có thể đề cập đến các vị Phật trong quá khứ, hiện tại và tương lai.

Bây giờ, câu hỏi tiếp theo là: Trạng thái giác ngộ hình thành như thế nào? Làm thế nào một người có thể trở nên hoàn toàn giác ngộ? Khi nói đến trạng thái giác ngộ, chúng ta thường có khuynh hướng tự hỏi ngay rằng: Liệu mỗi người có thể đạt được trạng thái như thế hay không, có thể hoàn toàn giác ngộ, trở thành một vị Phật hay không?

Ở đây chúng ta thấy rằng, chìa khóa của vấn đề nằm trong sự thấu hiểu bản chất của *Pháp*. Nếu Pháp tồn tại, thì *Tăng-già* chắc chắn cũng

---

[1] Ở đây muốn nói đến đức Phật Thích-ca Mâu-ni. (ND)

[2] Danh xưng Phật có nghĩa là người tỉnh thức, giác ngộ (từ Phạn ngữ bodhi); vì thế, quả vị Phật là trạng thái giác ngộ.

tồn tại. *Tăng-già* là những người đã dấn bước trên con đường Chánh pháp, và là những người đã nhận hiểu và thực hiện chân lý của *Pháp*. Nếu có những vị trong *Tăng-già* đã đạt tới các trạng thái tâm thức vượt qua được những cấp độ thô của các cảm xúc tiêu cực và phiền não, thì ta có thể hình dung được tính khả thi của việc đạt tới một sự giải thoát hoàn toàn khỏi tất cả mọi cảm xúc tiêu cực và khổ đau. Trạng thái giải thoát hoàn toàn đó chính là quả vị Phật.

Trong ý nghĩa đang trình bày, tôi nghĩ chúng ta phải phân biệt rõ giữa cách dùng chữ "*Pháp*" như một thuật ngữ tổng quát với cách dùng trong khuôn khổ đặc biệt của khái niệm quy y. Một cách tổng quát, *Pháp* có nghĩa là *giáo pháp*, hay kinh điển, những lời dạy của Phật, và các thật chứng tâm linh dựa trên sự thực hành những lời dạy đó. Khi được dùng trong mối quan hệ với quy y, *Pháp* có hai nội dung. Thứ nhất là con đường dẫn tới sự vắng bặt hết thảy mọi cảm xúc đau khổ và phiền não; thứ hai là chính bản thân sự vắng bặt tịch diệt đó.[1] Nhờ vào sự hiểu biết về đoạn diệt thực thụ và con đường dẫn tới sự đoạn diệt này mà ta mới có thể nhận biết được thế nào là trạng thái giải thoát.

---

[1] "Tịch diệt" ở đây là một thuật ngữ Phật giáo có nghĩa "hoàn toàn dứt bặt mọi đau khổ". Luân hồi là chu kì của đau khổ, và sự chấm dứt chu kì đó, đạt đến sự vắng lặng, tịch diệt thường được xem là Niết-bàn.

TỨ DIỆU ĐẾ

Duyên khởi

Trong kinh điển, đức Phật lặp lại nhiều lần rằng: "Bất cứ ai lĩnh hội được bản chất phụ thuộc lẫn nhau (*duyên khởi*) của thực tại thì sẽ hiểu được Pháp; và bất cứ ai hiểu được Pháp thì sẽ hiểu được Phật."[1] Tôi tin rằng, nếu tiếp cận Phật ngôn này từ góc độ giáo lý Trung quán của ngài *Long Thụ* (*Nāgārjuna*), chúng ta sẽ có thể đạt đến sự hiểu biết toàn diện nhất về ý nghĩa sâu xa trong đó. Nếu các bạn cho rằng tôi có khuynh hướng nghiêng theo ngài *Long Thụ*, tất nhiên tôi sẽ chấp nhận sự phê phán đó! Theo ngài *Long Thụ*, ta thấy trong Phật ngôn này có ba mức ý nghĩa sau đây.

Thứ nhất, cách hiểu về duyên khởi (*pratītyasamutpāda*), vốn rất phổ biến trong mọi trường phái Phật giáo, giải thích Phật ngôn trên theo ý nghĩa phụ thuộc vào nhau để sinh khởi. "*Pratīt*" nghĩa là "*phụ thuộc vào*", và "*samutpāda*" có nghĩa là "*sự sinh khởi*". Nguyên lý này có nghĩa là sự hiện hữu của tất cả mọi sự việc có điều kiện trong vũ trụ đều chỉ là kết quả của sự tương tác giữa nhiều nguyên do (*nhân*) và điều kiện (*duyên*). Điều này rất có ý nghĩa, vì nó loại trừ hai khả năng. Một là khả năng sự vật hình thành một cách hoàn toàn tự nhiên, không hề có các nguyên nhân và điều kiện; và hai là

---

[1] Xem thêm Trung Bộ kinh (Majjhima Nikaya) I, p.190-191 (bản Anh ngữ), Pali Text Society và Duyên Khởi kinh.

khả năng sự vật hình thành từ một đấng sáng thế siêu nhiên hay tạo hóa. Cả hai khả năng này đều không thể có!

Thứ hai, ta có thể hiểu nguyên lý duyên khởi theo ý nghĩa các yếu tố hợp thành và toàn thể. Mọi đối tượng vật chất có thể được nhận biết qua cách thức mà các thành phần hợp thành một thực thể trọn vẹn, và qua chính ý niệm về "toàn thể" hay "sự trọn vẹn" phụ thuộc vào sự tồn tại của các thành phần. Sự phụ thuộc như vậy tồn tại một cách rõ ràng trong thế giới vật lý. Tương tự, các thực thể phi vật lý, chẳng hạn như tâm thức, cũng có thể được cứu xét trong ý nghĩa các trình tự nối tiếp tương tục theo thời gian: Sự nhận biết về một ý tưởng trọn vẹn được dựa trên cơ sở của các trình tự nối tiếp nhau để tạo nên một dòng tư tưởng.[1] Cho nên, khi cứu xét vũ trụ theo cách này, chúng ta không chỉ thấy rằng mỗi sự vật có điều kiện đều được hình thành một cách phụ thuộc (*duyên sinh*), mà còn hiểu rằng toàn bộ thế giới hiện tượng cũng hình thành theo nguyên lý duyên khởi.

---

[1] Xem thêm các phân tích sâu hơn về quá trình của ý thức qua Abhidharma (A-tì-đạt-ma, A-tì-đàm, hay Vi Diệu Pháp, Thắng Pháp) hay qua bộ môn Tâm lý học Phật giáo. (http://www.thuvienhoasen.org/thangphaptapyeuluan-00.htm - Thắng pháp tập yếu luận, bản dịch của Hòa thượng Thích Minh Châu). Tuy vậy, trong các bộ phái khác nhau có các bộ A-tì-đạt-ma khác nhau. Các phần tiếp theo của sách này sẽ đề cập tới. (ND)

Mức nghĩa thứ ba của nguyên lý duyên khởi là tất cả sự vật và hiện tượng - thật ra là toàn bộ thực tại - chỉ hiện hữu như là kết quả sự kết hợp đồng thời của tất cả những yếu tố cấu thành. Khi phân tích sự vật trong nhận thức bằng cách chia chẻ chúng thành từng yếu tố cấu thành, bạn sẽ hiểu ra được rằng bất cứ sự vật nào cũng đều hình thành với sự phụ thuộc hoàn toàn vào các yếu tố khác. Do đó, không một sự vật nào có tự tính độc lập hay riêng rẽ. Bất cứ đặc tính nào mà ta gán cho sự vật đều tùy thuộc vào sự tương tác giữa nhận thức của chúng ta và chính bản thân thực tại. Tuy nhiên, điều này không có nghĩa rằng sự vật không tồn tại. Phật giáo không dạy thuyết hư vô. Sự vật quả thật là có tồn tại nhưng không phải như những thực thể độc lập, tự tồn.

Bây giờ, hãy trở lại với Phật ngôn vừa dẫn trên. Đức Phật dạy rằng: "Việc thấy được nguyên lý duyên khởi sẽ dẫn đến việc thấy được Pháp." Khái niệm Pháp ở đây có ba ý nghĩa khác nhau tương ứng với ba mức ý nghĩa khác nhau của nguyên lý duyên khởi mà ta vừa mô tả.

Trước hết, ta có thể liên hệ Pháp với ý nghĩa ở cấp độ nghĩa đầu tiên của duyên khởi, tức là sự phụ thuộc có tính nhân quả. Qua việc phát triển hiểu biết sâu sắc bản chất phụ thuộc nhau của thực tại trong ý nghĩa về sự phụ thuộc có tính nhân quả, ta có thể nhận thức rõ được sự vận hành của cái gọi là "*nghiệp*", là luật nghiệp báo nhân quả chi phối mọi hành động của con người. Luật này giải thích vì sao những cảm thọ đau đớn và khổ sở lại sinh khởi như là kết quả của các hành động, ý nghĩ, và cách ứng xử xấu xa (*bất thiện*), và vì sao những cảm thọ thích ý như là hạnh phúc, niềm vui lại sinh khởi như là kết quả của những nhân duyên tương ứng - nghĩa là các hành vi, cảm xúc và ý nghĩ tốt lành (*thiện*).

Sự phát triển hiểu biết sâu sắc về duyên khởi trong ý nghĩa sự phụ thuộc có tính nhân quả sẽ cho các bạn một sự thấu suốt nền tảng về bản chất của thực tại. Khi nhận thức rõ rằng mọi thứ ta cảm nhận và thể nghiệm đều khởi lên như là kết quả của sự tương tác và kết hợp của các tác nhân (*nhân*) và các điều kiện (*duyên*), thì toàn bộ quan niệm của bạn sẽ thay đổi. Quan điểm của bạn đối với những kinh nghiệm nội tâm, và với cả thế giới nói chung, sẽ chuyển hướng khi bạn bắt đầu nhìn nhận mọi sự vật trong tác động của luật nhân quả. Một khi bạn đã mở rộng quan điểm triết học loại này, bạn có thể đặt sự hiểu biết của mình về nghiệp vào trong khuôn khổ đó, vì luật nghiệp báo là biểu hiện cụ thể của nguyên lý nhân quả bao quát khắp thảy.

Tương tự, khi bạn có hiểu biết sâu sắc về hai chiều hướng ý nghĩa còn lại của duyên khởi - sự phụ thuộc giữa các yếu tố cấu thành với toàn bộ, và sự phụ thuộc lẫn nhau giữa nhận thức và thực tại - thì quan niệm của bạn sẽ sâu sắc hơn, và bạn sẽ thấy rõ được rằng có một sự khác biệt giữa *sự vật xuất hiện trong nhận thức của bạn và sự vật trong bản chất thật sự của chúng.* Những gì trông có vẻ như là một kiểu thực tại tự tồn, khách quan bên ngoài lại không hoàn toàn đúng khớp với bản chất thật sự của thực tại.

Một khi chúng ta nhận chân được sự sai biệt giữa sự trình hiện và thực tại, ta đạt được sự thấu hiểu chắc chắn về cách thức tác động của các cảm xúc, và cách thức mà chúng ta phản ứng lại với các sự kiện, đối tượng. Ta thấy được rằng, phía sau những phản ứng cảm xúc mạnh mà chúng ta có trong nhiều trường hợp là sự thừa nhận về một kiểu thực thể tồn tại độc lập bên ngoài. Bằng cách này, chúng ta phát triển một hiểu biết thấu đáo về nhiều chức năng khác nhau của tâm và của các mức độ ý thức bên trong chúng ta. Và ta cũng nuôi lớn nhận thức rằng dù có một số kiểu trạng thái tinh thần và cảm xúc dường như có thật, và dù nhiều đối tượng có vẻ như rất sinh động, thì trong thực tế chúng cũng chỉ là ảo tưởng. Chúng không thật sự tồn tại theo cách thức mà ta vẫn tưởng!

Qua phương cách quán chiếu và phân tích này, ta sẽ có thể đạt tới một hiểu biết sâu sắc về những gì mà thuật ngữ Phật học gọi là "nguồn gốc của đau khổ"; hay nói cách khác là những *cảm thọ* dẫn tới sự lẫn lộn, sai lầm, và gây phiền não cho tâm thức. Khi sự nhận biết này được kết hợp với hiểu biết về bản chất phụ thuộc lẫn nhau của thực tại ở mức độ vi tế nhất, thì chúng ta cũng thấu triệt được cái gọi là *"tính không của thực tại"*, trong ý nghĩa là mỗi một đối tượng hay sự kiện đều chỉ sinh khởi theo cách như là sự kết hợp của nhiều yếu tố và không hề có bất cứ sự tồn tại độc lập, riêng rẽ nào.

Dĩ nhiên là sự hiểu biết thấu đáo về *tính không* sẽ giúp ta nhận ra rằng bất kỳ ý tưởng nào dựa trên quan điểm ngược lại cho rằng sự vật tự nó tồn tại một cách độc lập đều là sai lầm. Những ý tưởng như thế là đã hiểu sai về bản chất của thực tại. Ta nhận ra rằng chúng không có giá trị vững vàng trong cả thực tại và trong kinh nghiệm đúng thật của chúng ta, trong khi đó *tính không* của thực tại lại có giá trị vững vàng cả về mặt lý luận cũng như trong kinh nghiệm. Dần dần, ta tiến tới việc nhận thấy rằng có thể đạt đến một trạng thái tri kiến mà mọi sự hiểu biết nhầm lẫn như vậy đều bị loại trừ hoàn toàn. Đó chính là trạng thái *tịch diệt* hay *"diệt"*.

Trong *Minh cú luận*, ngài *Nguyệt Xứng*[1] cho

---

[1] Nguyệt Xứng (**Candrakīrti**), cũng đọc là Nguyệt Xưng, là một vị luận sư danh tiếng thuộc phái Trung quán, sống vào khoảng năm 600 đến 650. Tương truyền ngài sinh ở Nam Ấn Độ, tinh thông Phật học, đã từng trụ trì chùa Na-lan-đà. Ngài có nhiều trước tác, trong số đó có bộ Trung quán căn bản minh cú luận (Prasannapada), cũng dịch là Minh cú luận, hiện vẫn còn giữ được bản Phạn văn, là bản chú giải cho bộ Trung luận của ngài Long Thụ. Xem thêm các bài của cư sĩ

rằng nếu có thể thừa nhận *tính không* thì ta có thể thừa nhận thế giới duyên khởi. Nếu ta có thể thừa nhận điều đó, thì cũng có thể thừa nhận mối quan hệ nhân quả giữa khổ đau và nguồn gốc của nó. Và một khi ta đã chấp nhận mối quan hệ này, thì cũng có thể nghĩ đến và chấp nhận khả năng chấm dứt được đau khổ. Ngài Nguyệt Xứng biện luận thêm rằng, nếu có thể chấp nhận như vậy, thì ta cũng có thể chấp nhận rằng mỗi con người đều có khả năng nhận hiểu và đạt tới trạng thái chấm dứt mọi khổ đau. Cuối cùng, dĩ nhiên là ta có thể nghĩ ngay đến chư Phật, những vị đã thật sự hoàn tất trạng thái *tịch diệt*, chấm dứt mọi khổ đau.

Điều quan trọng là qua việc phát triển sự hiểu biết sâu xa về nguyên lý duyên khởi, ta có thể thông suốt cả hai chân lý - chân lý về *sự khổ* ở mức độ vi tế và chân lý về *sự diệt khổ*. Đây chính là ý nghĩa của Phật ngôn: "Qua hiểu biết về duyên khởi, ta hiểu được Pháp." Bằng cách này, ta có thể hiểu được chân lý về sự diệt khổ và con đường dẫn tới sự diệt khổ đó (tức là *đạo*). Một khi hiểu được những điều này, ta có thể nhận ra rằng những vị tu tập trong Tăng đoàn có thể giác ngộ và đạt tới trạng thái chấm dứt khổ đau, và chư Phật có thể hoàn tất trạng thái đó. Cuối

---

Chân Nguyên về Nguyệt Xứng: "http://vi.wikipedia.org/wiki/Nguyệt_Xứng và Pháp Xứng "http://vi.wikipedia.org/wiki/Pháp_Xứng". (ND)

cùng, ta đạt tới một số hiểu biết về ý nghĩa thật sự của quả vị Phật.

Nhị đế

Bây giờ, để có thể mở rộng hiểu biết đầy đủ về *Tứ diệu đế*, tôi cho rằng cũng cần làm quen với khái niệm *Nhị đế* trong Phật học. *Nhị đế* nghĩa có là "hai loại chân lý", bao gồm chân lý có tính ước lệ hay tương đối (*Tục đế*) và chân lý tối hậu hay tuyệt đối (*Chân đế*).[1] Ở đây, bạn phải luôn nhớ rằng tôi đang giảng giải chúng từ quan điểm của *Trung quán tông* (*Madhyamaka*) hay trường phái *Trung đạo* của Phật giáo. Dĩ nhiên, khái niệm về *Nhị đế* không chỉ có trong trường phái này. Bạn có thể thấy khái niệm này trong các trường phái Phật giáo khác, và ngay cả trong một số hệ thống triết học Ấn Độ không thuộc Phật giáo. Mặc dù thế, ở đây tôi chọn theo quan điểm của *Trung quán tông*.

Vậy làm thế nào ta có thể phát triển sự hiểu biết về nền tảng giáo lý *Nhị đế* trong Phật giáo? Qua nhận biết về thế giới hằng ngày trong kinh nghiệm sống, ta nhận biết được thế giới thực tại ước lệ, vận hành theo nguyên lý nhân quả, đó là *Tục đế* (*Samvaharasatya*). Nếu ta chấp nhận thực tại của thế giới này như là ước lệ, thì chúng

---

[1] Xem thêm "The Two Truths" của Guy Newland, Snow Lion Publications (1992) Bản Việt dịch của Lê Công Đa nhan đề "Nhị đế", tại: "http://www.quangduc.com/triet/57nhide.html". (ND)

ta có thể chấp nhận bản chất trống rỗng của thế giới mà theo Phật giáo là chân lý tối hậu, đó là *Chân đế (Paramarthasatya).* Mối quan hệ giữa hai phương diện này của thực tại rất quan trọng. Thế giới của hình tướng bên ngoài thường không phải là tương phản hay trái ngược với thế giới của chân lý tối hậu, mà đúng hơn là một sự hiển lộ, một nền tảng rất cơ bản mà trên đó bản chất tối hậu của thực tại được xác lập.

Chỉ khi có một hiểu biết về bản chất và mối quan hệ giữa hai chân lý này thì bạn mới thấu hiểu được toàn bộ ý nghĩa của *Tứ diệu đế.* Và khi bạn có một hiểu biết về *Tứ diệu đế* thì bạn mới có được nền tảng vững chắc để từ đó phát triển thành một sự hiểu biết hoàn thiện về ý nghĩa của sự quy y *Tam bảo.*

HỎI ĐÁP

Hỏi: Có khác biệt gì giữa sự thấu hiểu riêng lẻ về từng vấn đề (tuệ giác quán chiếu) với sự thấu hiểu toàn hảo của chư Phật (tuệ giác Bồ-đề viên mãn)?

HHDL:[1] Ta hãy lấy một thí dụ về việc đạt được sự thấu hiểu về mức độ vi tế của tính vô thường và bản chất giả tạm của mọi sự vật.

Với một cá nhân khởi sự bằng lối suy nghĩ cho

---
[1] Viết tắt từ nguyên văn Anh ngữ: His Holiness The XIV Dalai Lama. (ND)

rằng sự vật là thường hằng, ở giai đoạn ban đầu thì sự vướng mắc của người đó về tính thường hằng của sự vật có thể rất mạnh mẽ và kiên cố. Để làm giảm bớt sự vướng mắc đó, bạn cần hình thành một số lập luận đả phá, ngay cả việc chỉ gieo được một sự nghi ngờ vào tâm tưởng của người ấy về tính thường hằng của sự vật cũng có thể tạo ra một tác động, vì ít nhất là tự nó có hiệu quả làm giảm đi sự cố chấp vào ý tưởng cho rằng sự vật là thường tồn hay bất diệt.

Dù vậy, điều đó vẫn chưa đủ. Bạn cần củng cố nhiều hơn nữa lập luận phê phán để hướng tới tính vô thường của sự việc. Và đến như thế cũng vẫn chưa đủ. Bạn cần nhiều sự thuyết phục hơn và điều này có thể đạt được thông qua sự quán chiếu kiên trì để có thể dẫn tới điều được xem là hiểu biết suy luận về tính vô thường.

Chưa hết, để cho tri thức này có một ảnh hưởng quyết định đến hành vi ứng xử của bạn, cần phải đạt được một sự thấu hiểu trực tiếp, hay một kinh nghiệm trực giác về tính vô thường của sự vật. Và rồi chính điều này cũng phải được hoàn thiện hơn nữa, vì sự vướng mắc vào tính thường hằng đã ăn quá sâu vào nhận thức của ta, nên chỉ một sự nhận biết đơn thuần không đủ để xua tan nó. Việc này đòi hỏi một tiến trình lâu dài để đào sâu sự thấu triệt của chúng ta, cho đến khi ngay cả những khuynh hướng bám víu nhỏ nhất vào tính thường hằng cũng được nhổ tận gốc.

Cùng một tiến trình như vậy sẽ diễn ra trong trường hợp để thấu hiểu *tính không* của sự vật, và thật ra là cũng giống hệt như vậy trong trường hợp bạn muốn thấu hiểu bất kì nguyên lý nào.

Tuy nhiên, có một số khía cạnh nhất định của sự tu dưỡng tinh thần rất ít liên quan đến kinh nghiệm tri thức, mà quan hệ nhiều hơn với đức hạnh của chúng ta. Về mặt đức hạnh, ngay từ giai đoạn khởi đầu, bạn phải phát triển một số hiểu biết về lòng từ bi, và dĩ nhiên là phải quan tâm đến việc làm sao để nuôi dưỡng lòng từ bi. Sau đó, kết quả của sự thực hành này là bạn có thể đạt được một loại kinh nghiệm hình dung về tâm thức tốt đẹp của bạn. Thí dụ, khi ngồi và quán chiếu về lòng từ bi, bạn có thể đánh thức nó, nhưng lòng từ bi đó không lâu bền hay trải khắp, và không thấm nhuần trong đời sống của bạn. Vậy nên điều cần thiết là phải thể nghiệm sâu sắc hơn nữa cho đến khi lòng từ bi của bạn trở nên tự sinh khởi mà không còn phụ thuộc vào sự hình dung của trí tuệ. Nó phải trở thành một phản ứng thật sự tự nhiên khi có những dịp cần tới sự đáp ứng. Sự thể nghiệm về từ bi này có thể phát triển sâu sắc hơn cho tới khi nó trở thành rộng khắp. Bởi vậy, đây lại là một khía cạnh khác nữa của con đường tu tập đòi hỏi một tiến trình lâu dài.

Hai khía cạnh này của việc tu tập gọi tên theo thuật ngữ truyền thống Phật giáo là *phương tiện* và *tuệ giác* hay *trí tuệ*. Cả hai phải được thực hiện song hành. Để cho tuệ giác được phát triển sâu sắc, bạn cần có yếu tố phương tiện bổ sung là tâm *Bồ-đề*. Tương tự, để phát triển sâu sắc và củng cố sự thực hành tâm *Bồ-đề*, bạn cần có một tuệ giác làm nền tảng. Do vậy, chúng ta cần có một phương pháp tu tập kết hợp cả phương tiện và trí tuệ.

Cũng thế, chúng ta cần có một phương pháp tu tập kết hợp nhiều phương tiện khác nhau, chứ không chỉ dựa trên một phương tiện duy nhất. Hãy xét như trường hợp tuệ giác về tính vô thường của sự vật vừa được nêu trên. Mặc dù tuệ giác đó tự nó có thể giúp ta vượt qua sự vướng mắc vào tính thường hằng, nhưng trong thực hành bạn vẫn cần thêm những yếu tố bổ sung sâu xa hơn để hoàn thiện tuệ giác này. Lý do là vì cùng lúc có quá nhiều sự trói buộc khác đang siết chặt tâm thức. Vấn đề của con người không chỉ riêng có sự bám víu vào tính thường hằng; mà còn có sự bám víu vào sự vật như những thực thể tồn tại độc lập, khách quan, hoặc bám víu vào các nguyên tắc cứng nhắc, vân vân và vân vân... Tất cả những yếu tố này đều có thể đối trị bằng cách phát triển một tuệ giác về *tính không*.

Vì thế, điều mà chúng ta đang nói đến ở đây là một tiến trình phức tạp về sự phát triển nhận thức cá nhân hướng tới sự hoàn hảo.

Hỏi: *Ngài có thể nói thêm về ý nghĩa thật sự của sự quy y?*

HHDL: Tôi thấy rằng cốt lõi của sự quy y chính là phát triển lòng tin sâu xa vào hiệu lực của Chánh pháp như là phương tiện để đạt đến sự giải thoát, cùng với một chí nguyện sâu xa, mong muốn đạt được sự giải thoát đó.

Nói chung, đức Phật được xem như bậc thầy chỉ dạy con đường, Chánh pháp mới chính là đối tượng thực sự của việc quy y, và Tăng-già là những người bạn trên con đường tu tập. Do đó, lòng tin vững chắc vào Chánh pháp là tiền đề cho việc phát triển niềm tin sâu xa và lòng tôn kính đối với Phật và Tăng.

Trong tác phẩm *Chú giải Tập lượng luận* (*Pramana-varttika*), ngài *Pháp Xứng* (*Dharmakīrti*)[1] đã cố gắng chứng minh một cách hợp lý về giá trị và mức khả tín của việc đức Phật là một bậc thầy chứng ngộ. Ngài đã bảo vệ lập luận của mình bằng cách đưa ra giảng huấn của chính đức Phật để minh xét một cách cẩn thận, và bằng cách giải thích sự khả tín trong lời giảng của đức Phật về *Tứ diệu đế*, vì giáo pháp này được đặt nền tảng trên cả tính hợp lý cũng như kinh nghiệm xác thực của cá nhân. Điểm mấu chốt trước tiên là chúng ta phải nhận thức

---

[1] Pháp Xứng: một luận sư danh tiếng của phái Du-già, sống vào khoảng thế kỷ 6 - thế kỷ 7. Ngài là người miền nam Ấn Độ, từng theo học

được sự chân thật của Chánh pháp, và chỉ trên cơ sở đó mới nhận ra được đức Phật là một bậc thầy chân chính.

Lập luận theo chiều hướng ngược lại chỉ thỉnh thoảng mới được sử dụng trong các phạm trù hết sức trừu tượng. Hay nói cách khác, những lời dạy của đức Phật về các vấn đề quá trừu tượng chỉ có thể tin được bởi vì ngài là một bậc thầy đáng tin cậy. Đây là một tiến trình lập luận phức tạp. Theo với tiến trình này, chúng ta thật sự khởi đầu từ sự thuyết phục chính mình về sự đáng tin cậy của giáo pháp *Tứ diệu đế*, là giáo pháp công khai chấp nhận mọi sự phê phán bằng lý luận. Khi đạt được tuệ giác tự thân về sự đúng thật của những chân lý này, ta sẽ phát triển một sự tin phục sâu xa về sự đáng tin cậy của đức Phật như là một vị đạo sư. Vì đức Phật đã chứng tỏ sự đáng tin cậy và hợp lý trong những phạm trù có thể chấp nhận sự suy lý, nên ta sẽ có đủ sự tin cậy vào tính chân xác của đức Phật trong những phạm trù khác mà đối với ta là trừu tượng, khó nắm bắt hơn.

Do đó, ý nghĩa trọn vẹn của sự quy y Tam bảo chỉ có được từ hành động quy y Chánh pháp.

Hỏi: *Mục đích của việc tham gia nghi thức Quy y là để làm gì, nếu như người ta vẫn có thể tự mình thực hiện việc Quy y trong tự tâm?*

HHDL: Trong Phật giáo có nhiều giới luật

hay hạnh nguyện khác nhau. Chẳng hạn, chúng ta có *Bồ Tát* hạnh, mật hạnh, giới hạnh (giới luật của người xuất gia), những giới cấm của cư sĩ... vân vân... Bạn có thể phát khởi hạnh nguyện *Bồ Tát* trước một biểu tượng của đức Phật (chẳng hạn như tranh, tượng...) và không cần nhận sự truyền thụ từ một người khác. Tuy nhiên, việc nhận trao truyền từ một người khác là thật sự cần thiết đối với hạnh nguyện *Kim cương thừa* (*Vajrayana*) hay giới luật, bởi vì bạn cần có một sự truyền thừa không gián đoạn. Một trong những lý do của điều này có lẽ là việc phát nguyện với sự chứng kiến của một vị đạo sư hay một ai khác sẽ mang lại một sự quyết tâm lớn hơn. Nó củng cố quyết tâm hướng thượng và tạo ra tinh thần trách nhiệm. Nếu bạn muốn tiếp tục truy cứu thêm nữa về những lý do khác của việc này thì tôi phải thú nhận rằng chỉ có chính đức Phật mới có thể trả lời được mà thôi.

Hỏi: *Nếu chúng ta thấy ai đó đang tiến hành một hành vi sai trái mà sẽ dẫn tới khổ đau cho chính họ, chúng ta có nên cố ngăn chặn họ thực thi hành động đó, hay là để cho họ gánh lấy nghiệp quả? Nói cách khác, nếu chúng ta tự trải nghiệm sự đau khổ và từ đó rút ra bài học thì có tốt hơn hay không?*

HHDL: Như bạn đã biết, một người thực hành đạo Phật nguyện dấn thân vào một đời sống hiến dâng tất cả vì sự cứu giúp người khác. Ở đây nên thấy rằng, trong ý nghĩa của đạo Phật, ta đang nói về việc giúp người khác tự đạt đến sự giải thoát thông qua việc sống theo chánh đạo; nghĩa là sống một cách phù hợp với luật nhân quả, tránh các hành vi bất thiện và luôn thực hiện những việc thiện, tốt lành. Bởi vậy, nói chung khi một Phật tử thấy người khác làm những việc sai trái thì đúng là nên cố ngăn họ lại.

Mặc dù vậy, điều này lại làm nảy sinh nhiều vấn đề. Chúng ta có thể áp dụng những chuẩn mực đạo đức hay giá trị tinh thần của riêng mình đến mức độ nào với người khác? Thậm chí chúng ta có thể tự hỏi rằng, liệu lời dạy của đức Phật về việc sống theo một nếp sống đạo đức, tránh xa *Mười điều bất thiện*[1] có phải cũng là một cách áp đặt các giá trị đạo đức của Ngài lên chúng ta hay chăng?

Thật là hữu ích để ghi nhớ một nguyên tắc quan trọng trong đạo Phật là cần chú trọng đến sự khế hợp trong từng trường hợp riêng biệt. Câu chuyện sau đây là một minh họa rõ rệt cho điều này.

Ngài *Xá-lợi-phất* (*Shariputra*), một trong những đại đệ tử của đức Phật, biết rằng nếu

---

[1] Mười điều bất thiện (Thập bất thiện đạo) mà ta nên tránh là giết hại, trộm cắp, tà dâm (ba giới về thân), nói dối, nói vu khống, nói lời vô nghĩa, nói lăng mạ, dèm pha (4 giới về khẩu), tham lam, sân hận, và cố chấp những quan điểm sai trái (si) (3 giới về ý).

ngài giảng dạy giáo pháp Thanh văn thừa (*Shravakayana*) cho một nhóm 500 đệ tử có năng lực thì chắc chắn họ sẽ thấu triệt chân lý và chứng đắc quả *A-la-hán* (*Arhat*). Nhưng *Bồ Tát Văn-thù-sư-lợi* (*Manjushri*) đã xuất hiện và dạy cho họ giáo lý về *Tiùnh không* của Đại thừa (*Mahayana*). Những môn đệ này đã hiểu những điều được dạy như là một giáo thuyết hư vô hoàn toàn, phủ nhận giá trị và thực thể của vạn vật. Tất cả bọn họ đều phát triển những quan điểm sai lầm về bản chất của đạo và của thực tại, và kết quả là họ đã tạo ra các nghiệp xấu dẫn tới việc tái sinh vào những cảnh giới thấp kém hơn.

Ngài *Xá-lợi-phất* lập tức tìm đến trước đức Phật và trình bày rằng, nếu *Bồ Tát Văn-thù-sư-lợi* để cho ngài hướng dẫn 500 người này, thì nếu không được giác ngộ hoàn toàn, ít nhất họ cũng đã đạt tới những mức độ chứng ngộ cao. Đức Phật trả lời rằng, thật ra thì ngài *Văn-thù-sư-lợi* đã vận dụng phương tiện thiện xảo. Ngài đã biết rằng, trong thời gian ngắn, những người này sẽ có những hành động tiêu cực do hiểu biết sai lầm, nhưng ngài cũng biết rằng vì giáo lý về *tính không* đã được gieo cấy vào tâm thức của họ, nên về sau những hạt giống này sẽ thành thục và đưa họ tới quả vị Phật. Như thế, về mặt hiệu quả thì con đường đi lên quả Phật của họ đã được rút ngắn.

Bài học mà ta rút ra được từ câu chuyện này

là, nếu ta chưa tự mình đạt được trạng thái giác ngộ hoàn toàn thì rất khó để phán xét được một cách ứng xử trong hoàn cảnh nào đó là đúng hay sai. Đơn giản là ta nên cố hết sức để ứng xử thật thích hợp với mỗi tình huống cụ thể khi giao tiếp với người khác.

Hỏi: *Thưa Ngài, ai cũng biết rằng Ngài là người rất bận rộn vì phải dành thời gian cho rất nhiều việc. Ngài có thể dành cho hàng cư sĩ, những người đang sống với gia đình và công việc mưu sinh, một lời khuyên về việc làm thế nào để phát triển một phương thức thực hành Phật pháp có hệ thống hay chăng?*

HHDL: Những người bạn Tây phương thường hỏi tôi về phương cách nhanh nhất, dễ nhất, hiệu quả nhất, và ít tốn kém nhất để thực hành Phật pháp! Tôi cho rằng không thể tìm được một phương cách như vậy! Có lẽ đó là dấu hiệu của sự thất bại!

Ta nên hiểu rằng thực hành Phật pháp là công việc thật sự cần phải được tiến hành suốt 24 giờ trong ngày. Đó là lý do chúng ta phân biệt những buổi tham thiền thực thụ với giai đoạn sau khi tham thiền. Lý tưởng nhất là cả trong khi tham thiền và không tham thiền, bạn đều nên sống hoàn toàn trong sự thực hành Phật pháp.

Trong thực tế, có thể nói rằng các giai đoạn sau khi tham thiền là sự thử nghiệm thực tế đối với năng lực thực hành của bạn. Thời gian tham thiền chính thức có thể hiểu như là bạn đang nạp lại năng lượng, để sau đó bạn có đủ điều kiện hơn trong việc đối phó với những yêu cầu của cuộc sống hằng ngày. Mục tiêu chính của việc nạp lại bình điện là để nó có thể chạy được một thiết bị nào đó, phải không? Tương tự, khi bạn đã tự trang bị cho mình qua sự thực hành những phương thức nào đó thì bạn sẽ có khả năng sống phù hợp với những nguyên tắc trong sự thực hành Chánh pháp của bạn, bởi vì là một con người thì bạn không thể nào tránh được những công việc thường ngày trong cuộc sống.

Dĩ nhiên, trong giai đoạn đầu tiên, như một người chập chững, bạn cần có những chu kỳ hành thiền tập trung để tạo lập một nền tảng khởi đầu. Đây là điều thiết yếu. Nhưng một khi đã thiết lập được nền tảng đó rồi thì bạn có thể sống theo một nếp sống thường ngày ít nhất cũng phải luôn phù hợp với Chánh pháp. Bởi vậy, tất cả ý nghĩa này hướng đến tầm quan trọng của sự nỗ lực. Không có sự nỗ lực thì sẽ không có cách nào để đưa Chánh pháp vào trong cuộc sống của chúng ta.

Với một người tu tập nghiêm túc thì sự nỗ lực tối đa là hết sức cần thiết. Chỉ với một vài lời khấn nguyện, chút ít thời gian tụng niệm, dăm ba bài chú với tay lần tràng hạt thì không đủ. Vì sao vậy? Vì chỉ bấy nhiêu không đủ để chuyển hóa tâm hồn bạn. Những cảm xúc tiêu cực của chúng ta quá mạnh mẽ nên cần phải có sự nỗ lực liên tục để đối trị. Nếu chúng ta thực hành một cách liên tục thì chắc chắn ta sẽ thay đổi.

Hỏi: *Có quan hệ gì giữa tâm từ bi tương đối và tâm từ bi tuyệt đối?*

HHDL: Có nhiều cách khác nhau để hiểu về ý nghĩa của từ bi, tùy cách tiếp cận theo quan điểm *Đại thừa* hay *Kim cương thừa*. Chẳng hạn, *Kim cương thừa* sử dụng cùng một chữ *từ bi*, *karuna*, như *Đại thừa*, nhưng có ý nghĩa hoàn toàn khác.

Có lẽ câu hỏi này liên quan đến một sự phân biệt khác được đưa ra trong kinh điển về hai mức độ của lòng từ bi. Ở mức độ đầu tiên, tâm từ bi được tạo ra qua sự quán tưởng. Đây là giai đoạn khởi đầu, bạn cần phải thực hành một số phép quán tưởng nhất định để làm sinh khởi tâm từ bi. Kết quả của sự thực hành này sẽ giúp bạn đạt tới mức độ thứ nhì, khi tâm từ bi trở thành một phẩm tính hoàn toàn tự nhiên và tự sinh khởi. Đây là một trong những cách hiểu về sự khác nhau giữa tâm từ bi tương đối và tâm từ bi tuyệt đối.

TỨ DIỆU ĐẾ

CHƯƠNG I: DẪN NHẬP

Bây giờ, chúng ta nói về giáo pháp Tứ diệu đế của đạo Phật. Nghi vấn đầu tiên có thể đưa ra là: Tại sao các chân lý này lại được xem là cơ bản nhất, và trong thực tế, tại sao đức Phật lại giảng dạy những chân lý này?

Để trả lời được vấn đề này, ta phải liên hệ giáo pháp Tứ diệu đế với kinh nghiệm của chính ta trong kiếp người. Một sự thật hoàn toàn tự nhiên trong cuộc sống là: Mỗi người chúng ta đều có một khát vọng bẩm sinh luôn tìm kiếm hạnh phúc và muốn vượt qua khổ đau. Đây là một bản năng sẵn có, nên ta không cần phải chứng minh sự tồn tại của nó. Hạnh phúc là điều mà tất cả chúng ta đều khao khát muốn đạt được, và dĩ nhiên chúng ta có quyền đáp ứng sự khao khát đó. Cũng vậy, khổ đau là điều mà ai cũng mong muốn tránh khỏi, và chúng ta cũng có quyền nỗ lực để vượt qua đau khổ. Nếu như sự khát khao đạt được hạnh phúc và vượt qua đau khổ là bản chất sẵn có của mọi sinh vật, và cũng là một nhu cầu tự nhiên, vậy thì vấn đề là chúng ta phải nỗ lực như thế nào để đáp ứng sự khao khát đó.

Vấn đề này đưa ta đến với giáo pháp *Tứ diệu đế*; vì giáo pháp này giúp ta hiểu được mối quan hệ giữa hai loại sự kiện: nguyên nhân và kết quả. Một mặt, ta phải gánh chịu khổ đau, nhưng khổ đau không phải tự nhiên mà có, mà được sinh khởi từ các nguyên nhân và điều kiện của chính nó. Mặt khác, ta được hưởng hạnh phúc, thì hạnh phúc cũng chỉ có được từ những nguyên nhân và điều kiện của chính nó.

Trong đạo Phật, khi nói đến hạnh phúc ta không chỉ hiểu một cách giới hạn như một trạng thái cảm xúc. Chắc chắn sự *tịch diệt* (*trạng thái chấm dứt hoàn toàn mọi đau khổ*) không phải là một trạng thái của cảm xúc, nhưng ta có thể nói rằng *tịch diệt* là dạng cao tột nhất của hạnh phúc. Bởi vì, theo định nghĩa thì *tịch diệt* là hoàn toàn thoát khỏi mọi khổ đau. Nhưng trạng thái *tịch diệt*, hay hạnh phúc chân thật, lại cũng không phải tự nhiên xuất hiện hay hoàn toàn không có nguyên do. Dĩ nhiên, đây là một điểm hết sức tinh tế, vì theo quan điểm Phật giáo thì *tịch diệt* không phải là một sự kiện duyên sinh, nên không thể nói là nó được tạo thành hay gây ra bởi bất cứ điều gì. Thế nhưng, sự hiện thực hóa hay đạt tới *tịch diệt* lại quả thật là phụ thuộc vào con đường tu tập và nỗ lực của cá nhân. Bạn không thể đạt tới trạng thái *tịch diệt* nếu không có sự nỗ lực. Do đó, trong ý nghĩa này ta có thể nói rằng con đường dẫn tới sự *tịch diệt* là nguyên nhân của tịch diệt.

Giáo pháp *Tứ diệu đế* phân biệt một cách rõ ràng hai loại nguyên nhân và kết quả: những

CHƯƠNG I: DẪN NHẬP

nguyên nhân gây ra đau khổ và những nguyên nhân tạo ra hạnh phúc. Bằng cách chỉ ra cách phân biệt những nguyên nhân này trong cuộc sống, mục đích của giáo pháp này không gì khác hơn là giúp ta đáp ứng khát vọng sâu xa nhất của mình - đạt được hạnh phúc và vượt qua đau khổ.

Khi đã nhận hiểu được lý do đức Phật truyền giảng giáo pháp *Tứ diệu đế*, có thể chúng ta sẽ tiếp tục tự hỏi về lý do của việc sắp xếp các chân lý đó theo một trình tự đặc biệt. Tại sao *Tứ diệu đế* được dạy theo một trật tự nhất định, bắt đầu về sự khổ (*Khổ đế*) rồi tiếp tục với nguyên nhân của sự khổ (*Tập khổ đế*)... Về điểm này, ta nên hiểu rằng trình tự giảng dạy giáo pháp *Tứ diệu đế* không liên quan gì đến trình tự sinh khởi của sự vật trong thực tại. Đúng hơn thì trình tự đó liên quan đến việc một người nên khởi đầu như thế nào để thực hành đạo Phật và đạt tới sự chứng ngộ nhờ vào sự thực hành đó.

Trong *Tối thượng luận*,[1] ngài *Di-lặc* (Maitreya) cho rằng có bốn giai đoạn để chữa một chứng bệnh:

> *Cũng giống như một căn bệnh cần được chẩn đoán, những nguyên nhân gây*

---

[1] Có sách dịch là "Tối thượng Tantra". Chữ Tối thượng luận ghép từ hai chữ: uttara (Uất-đà-la) và tantra. Riêng chữ tantra có nghĩa là những nghi thức hành đạo đặc biệt để chuyển hóa thân, khẩu, ý. chẳng hạn như mandala (đồ hình cá mạn-đà-la), mantra (Mật chú), mudra (thủ ấn) ... (ND)

bệnh cần được loại trừ, một trạng thái khoẻ mạnh cần đạt tới và phương pháp chữa trị cần được áp dụng; cũng vậy, sự đau khổ cần phải được nhận biết, các nguyên nhân gây ra đau khổ cần phải được loại trừ, sự chấm dứt của đau khổ cần phải đạt tới và con đường tu tập để dứt khổ cần phải được thực hành.[1]

Ngài *Di-lặc* đã sử dụng sự tương tự của một người bệnh để giải thích phương cách đạt được sự giác ngộ dựa trên giáo pháp *Tứ diệu đế*. Để một bệnh nhân được lành bệnh, trước hết người đó phải biết mình đang mang bệnh, nếu không thì sẽ không có mong muốn chữa bệnh. Một khi đã nhận biết mình có bệnh, thì tất nhiên là bạn sẽ cố tìm biết những nguyên nhân gây bệnh và những gì làm cho bệnh nặng thêm. Khi đã xác định được những điều này, bạn sẽ biết được liệu căn bệnh có thể chữa khỏi hay không, và bạn sẽ khởi lên ước muốn được khỏi bệnh. Thật ra cũng không chỉ đơn thuần là một ước muốn, vì một khi đã nhận biết được các điều kiện đã dẫn đến căn bệnh, niềm khao khát được khỏi bệnh sẽ càng mạnh mẽ hơn nhiều vì sự nhận biết đó mang lại cho bạn sự an tâm và tin chắc rằng sẽ vượt qua được căn bệnh. Với lòng tin chắc đó, bạn sẽ

---

[1] The Changless Nature, bản dịch của Tối Thượng Luận bởi Ken và Katia Holmes, Karma Drubgyud Darjay Ling, UK 1985. Trang 135. Tối Thượng Luận còn được biết dưới tên Ratnagotravibhaga.

CHƯƠNG I: DẪN NHẬP

sẵn lòng dùng đến tất cả các loại thuốc men và phương pháp điều trị cần thiết.

Cũng giống như vậy, ngay từ đầu niềm khao khát được thoát khỏi sự khổ đau sẽ không sinh khởi trừ phi bạn nhận biết được là mình đang đau khổ. Bởi vậy, sự thực hành trước tiên của người Phật tử là nhận biết trạng thái hiện thời của mình là khổ đau, thất vọng và không thỏa mãn, trong tiếng Phạn gọi là *duḥkha*. Chỉ khi đó bạn mới muốn nhìn vào các nguyên nhân và điều kiện đã gây ra đau khổ.

Điều rất quan trọng là phải hiểu được bối cảnh mà trong đó Phật giáo nhấn mạnh tới việc nhận ra rằng tất cả chúng ta đều ở trong trạng thái khổ đau, nếu không thì sẽ có nguy cơ hiểu nhầm quan điểm của Phật giáo, cho rằng đó là những tư tưởng u ám, một chủ nghĩa bi quan về cơ bản và gần như là một nỗi ám ảnh về sự khổ đau trong thực tại.

Lý do mà đức Phật hết sức nhấn mạnh vào việc phát triển một hiểu biết sâu sắc về bản chất của khổ đau là vì còn có một khả năng thay thế - có một lối thoát, và chúng ta thật sự có khả năng tự giải thoát khỏi mọi khổ đau. Đây là lý do vì sao việc nhận biết được bản chất của khổ đau là hết sức thiết yếu. Bởi vì, sự thấu hiểu về khổ đau càng vững vàng và sâu sắc thì sự khao khát được giải thoát khỏi khổ đau sẽ càng mạnh mẽ hơn. Do vậy, sự nhấn mạnh của Phật giáo về bản chất khổ đau nên được nhìn trong bối cảnh rộng hơn như thế, với sự đánh giá cao về khả năng hoàn toàn giải thoát khỏi khổ đau. Nếu ta không nghĩ đến sự giải thoát, thì việc dành nhiều thời gian để quán chiếu về khổ đau cũng là hoàn toàn vô nghĩa.

Chúng ta có thể nói rằng, hai loại nguyên nhân và kết quả mà tôi vừa đề cập trên đây, một mặt chỉ đến tiến trình của những chúng sinh chưa giác ngộ, liên quan đến chuỗi nhân quả giữa khổ đau và nguồn gốc của nó; mặt khác lại chỉ đến tiến trình của những chúng sinh giác ngộ, gắn liền với những liên kết nhân quả giữa con đường tu tập và sự tịch diệt hoàn toàn. Khi đức Phật diễn giải chi tiết về hai quá trình này, Ngài đã chỉ dạy giáo pháp về *Thập nhị nhân duyên*, trong tiếng Phạn gọi là 12 *nidāna* (*dvādaśanidāna*).[1]

Các *nidāna* là mười hai mối liên hệ trong

---

[1] Thập nhị nhân duyên tạo thành chu kì gồm 12 yếu tố của các kết nối nhân quả trói buộc chúng sinh trong cuộc sống luân hồi và do đó đau khổ mãi mãi. Các kết nối này được miêu tả quanh một bánh xe luân hồi; minh họa sáu cảnh giới của luân hồi và các nguyên do khác nhau của chúng. Các kết nối được trình bày theo chiều kim đồng hồ là: vô minh, tác ý hay các sự hình thành của nghiệp, thức (ý thức), danh sắc, sáu cơ sở của ý thức (lục căn), cảm xúc (thọ), ham muốn (ái), chấp giữ (thủ), hình thành (hữu), sinh, già và chết (lão tử). Xem thêm The Meaning of Life from a Buddhist Perspective của His Holiness the Dalai Lama, bản dịch Anh ngữ của Jeffrey Hopkins, Wisdom Publications, 1992.

CHƯƠNG I: DẪN NHẬP

chu kì của cuộc sống đi từ *vô minh*[1] đến *hành* (hay "*tác ý*"),[2] đến thức... và tiếp tục cho đến già và chết (*lão tử*). Khi tiến trình nhân quả của một chúng sinh chưa giác ngộ được mô tả chi tiết - nghĩa là một đời sống trong vòng đau khổ và những nguyên nhân của đau khổ - thì trình tự của 12 nhân duyên bắt đầu từ *vô minh*, tiếp tục với *hành, thức*... vân vân. Trình tự này mô tả cách thức một chúng sinh, do nơi những nguyên nhân và điều kiện nhất định, phải rơi vào tiến trình của một đời sống mê muội.

Mặc dù vậy, cũng một chúng sinh đó, nếu có thực hành những sự tu tập tâm linh nào đó, thì có thể làm đảo ngược tiến trình này, và trình tự ngược lại đó chính là trình tự của tiến trình dẫn tới giác ngộ. Chẳng hạn, nếu chuỗi tương tục của *vô minh* kết thúc thì chuỗi tương tục của các hành vi *tác ý* cũng sẽ dừng. Nếu những hành vi đó đã dừng lại, thì chỗ dựa của những hành vi ấy là *thức* cũng sẽ dừng lại, và cứ tiếp tục như vậy...

Bạn có thể thấy rằng, trong một ý nghĩa nào đó, giáo pháp *Thập nhị nhân duyên* là một sự trình bày chi tiết về hai loại nguyên nhân và điều kiện đã được mô tả trong *Tứ diệu đế*.

---

[1] Chỉ trạng thái không có kiến thức, hiểu biết về chân lý, hay nói cụ thể hơn là không nhận hiểu được giáo pháp *Tứ diệu đế*. (ND)

[2] Chỉ khả năng của ý thức để lựa chọn, quyết định, và ý định thực hiện điều gì. Chữ này thường được dịch là "*hành*", cũng có sách dịch là "*tác ý*". (ND)

CHƯƠNG II: KHỔ ĐẾ (CHÂN LÝ VỀ KHỔ ĐAU)

Chân lý đầu tiên trong *Tứ diệu đế* là chân lý về khổ đau (*Khổ đế*).

Nhiều trường phái triết học diễn dịch chữ "*chân lý*" theo nhiều cách khác nhau. Thí dụ có một sự khác nhau về cơ bản giữa trường phái *Trung quán Cụ duyên* (*Prasangika-Madhyamaka*)[1] và những người theo *Thinh văn thừa* (*Sharavakayana*)[2] trong cách phân biệt giữa phàm phu với vị *Ārya* (hay bậc thánh). *Thanh văn thừa* phân biệt dựa theo việc một người đã đạt tới trực giác thấu triệt về *Tứ diệu đế* hay chưa. *Trung quán cụ duyên* không chấp nhận tiêu chuẩn phân chia này, vì họ cho rằng ngay cả người thường vẫn có thể trực nhận giáo pháp *Tứ diệu đế*. Tuy nhiên, tôi sẽ không đi sâu vào những tranh cãi này ở đây, vì điều đó sẽ làm phức tạp việc giảng giải.

---

[1] Trung quán Cụ duyên (*Prāsaṅgika*) là một trong 2 chi phái chính của Trung quán tông (*Mādhyamika*), có được dịch là Trung quán ứng thành Quy mậu luận chứng phái, hay Tất quá tánh không phái, do một luận sư nối dòng Ngài Long Thụ là Phật Hộ (*Buddhapālita*) sáng lập. Ngài Phật Hộ sống vào khoảng năm 470 - 540. Chi phái chính thứ hai của Trung quán tông là Tự lập luận chứng phái, cũng được gọi là Y tự khởi phái. (ND)

[2] Shraravakayana thường được dịch là Thanh văn thừa những người nghe pháp tu hành mà thành tựu, ũng thường dùng chỉ những Phật tử không thuộc Đại thừa. (ND)

CHƯƠNG II: KHỔ ĐẾ (CHÂN LÝ VỀ KHỔ ĐAU)

Thay vì vậy, chúng ta sẽ đi thẳng vào ý nghĩa của *duḥkha* hay sự đau khổ. Trong bối cảnh đang được đề cập, *duḥkha* là nền tảng hay cơ sở của kinh nghiệm đau đớn, và chỉ chung cho trạng thái đời sống của chúng ta, được quy định bởi nghiệp lực, tà kiến,[1] và những cảm xúc tiêu cực.

Như ngài *Vô Trước* (*Asaṅga*) đã nói rõ trong *Đại thừa A-tì-đạt-ma tập luận* (*Mahāyānābhidharma-samuccaya*),[2] khái niệm *duḥkha* cần phải bao quát cả cảnh giới ta đang sống và những chúng sinh đang sống trong cảnh giới đó.

BA CẢNH GIỚI KHỔ ĐAU

Để có thể hiểu được cảnh giới mà chúng sinh đang sống, ta cần phải nói sơ qua đôi chút về vũ trụ quan Phật giáo.[3] Theo Phật giáo thì có ba cảnh giới hiện hữu (*Tam giới*) là: *Dục giới, Sắc giới* và *Vô sắc giới*.[4]

---

[1] Tà kiến ở đây được chỉ chung cho tất cả những nhận thức sai lầm hay ảo tưởng, không đúng với sự thật hay bản chất của thực tại. (ND)

[2] Đại thừa A-tỳ-đạt-ma tập luận (大乘阿毗達磨集論) là bộ luận giải thích tổng quát ý nghĩa kinh Đại thừa A-tỳ-đạt-ma (大乘阿毗達磨經). (ND)

[3] Xem trình bày chi tiết về vũ trụ quan Phật giáo bằng Anh ngữ trong sách Myriad Worlds của Jamgon Kongtrul. Snow Lion, 1995.

[4] Cõi người là một phần của Dục giới. Vô sắc giới là cảnh giới vi tế hơn Sắc giới, và Sắc giới lại vi tế hơn Dục giới.

Đối với hầu hết chúng ta thì khó khăn ở đây là làm thế nào để hiểu được về *Tam giới*? Nhất là làm sao có thể hình dung được những *cảnh giới có hình sắc* và những *cảnh giới không có hình sắc*? Nếu chỉ nói một cách đơn giản là vì đức Phật đã đề cập đến những cảnh giới này trong kinh điển thì không đủ - chỉ riêng điều này thôi không phải là một lý do thỏa đáng để một Phật tử chấp nhận sự tồn tại của các cảnh giới đó. Có lẽ phương cách hữu ích nhất là hiểu về các cảnh giới này như những cấp độ khác nhau của tâm thức. Chẳng hạn, theo Phật giáo thì điểm khác biệt chính giữa bậc giác ngộ và chúng sinh mê lầm được chỉ ra trên cơ sở các cấp độ tương ứng của tâm thức. Một người có tâm thức buông thả phóng túng và chưa được chế ngự thì luôn ở trong trạng thái luân hồi hay đau khổ; trong khi những ai có tâm thức giữ theo giới luật và thuần thục thì luôn ở trong trạng thái *Niết-bàn* hay an lạc tuyệt đối.

Ta cũng thấy rằng Phật giáo phân biệt giữa phàm phu và các vị thánh (*Ārya*) dựa trên cơ sở các cấp độ tương ứng của tâm thức hay sự chứng ngộ. Theo Đại thừa, bất kì ai đạt tới sự chứng ngộ trực giác về *tính không* hay về bản chất tối hậu của thực tại đều là một vị thánh, và bất kì kẻ nào chưa đạt được sự chứng ngộ đó đều gọi là phàm phu. Khi liên hệ ý nghĩa này với *Tam giới* thì một người có tâm thức càng vi tế hơn sẽ càng

CHƯƠNG II: KHỔ ĐẾ (CHÂN LÝ VỀ KHỔ ĐAU)

có nhiều khả năng hiện hữu trong một cảnh giới tinh tế hơn.

Lấy ví dụ, nếu đời sống của một kẻ phàm phu luôn đắm chìm trong tham dục và ái luyến - nghĩa là người ấy luôn có khuynh hướng phát triển sự luyến ái với bất cứ điều gì nhận thức được, như là những hình sắc đáng ưa thích hay những khoái cảm... vân vân - và rồi sự luyến ái như vậy với các đối tượng vật chất, các ý tưởng và kinh nghiệm cảm thụ qua các giác quan sẽ dẫn dắt đến một đời sống giới hạn trong phạm vi *Dục giới*, cả trong hiện tại cũng như tương lai. Trong khi đó, có những người đã vượt qua được sự luyến ái với các đối tượng của nhận thức trực tiếp và các cảm xúc lý tính, nhưng vẫn còn bám víu vào các trạng thái hân hoan hay hạnh phúc của nội tâm. Hạng người này hình thành các nhân tố dẫn dắt họ sẽ tái sinh vào những cảnh giới mà đời sống vật chất có dạng tinh tế hơn nhiều.

Hơn thế nữa, lại có những người vượt qua được sự luyến ái không chỉ với những cảm xúc lý tính mà cả những cảm xúc nội tâm dễ chịu của niềm hân hoan hay hạnh phúc. Họ có xu hướng hướng nhiều hơn tới trạng thái tĩnh lặng. Cấp độ tâm thức của họ vi tế hơn nhiều so với hai mức trên, nhưng họ vẫn còn bám víu vào một hình thức tồn tại đặc biệt. Các cấp độ thô hơn của tâm thức của họ có thể dẫn dắt tới tầng trời thứ tư của *Sắc giới*, trong khi sự luyến ái vi tế hơn hướng đến sự tĩnh lặng sẽ dẫn dắt đến *Vô sắc giới*. Như vậy, đây là cách mà ta liên hệ *Tam giới* với các cấp độ của tâm thức.

Trên cơ sở vũ trụ quan này, Phật giáo nói về tiến trình vô hạn của vũ trụ, với việc hình thành rồi hoại diệt, để rồi tiếp tục hình thành trở lại. Tiến trình này phải được hiểu trong mối quan hệ với *Tam giới* của sự sống. Theo các lập luận trong bộ *A-tì-đạt-ma* (*Abhidharma*)[1] của *Nhất thiết hữu bộ* - là những bài luận về siêu hình học và tâm lý học được dùng như một nguồn tham khảo trong Phật giáo Tây Tạng - thì các cảnh giới từ tầng thứ ba của *Sắc giới* trở xuống là liên tục sinh diệt. Các cảnh giới từ tầng thứ tư của *Sắc giới* trở lên, bao gồm cả *Vô sắc giới*, là vượt ra ngoài tiến trình sinh diệt vật chất

---

[1] Toàn bộ giáo pháp ban đầu của Phật giáo được chia làm ba phần là Luật tạng, tức là các giới luật, Kinh tạng, tức là các bài giảng pháp của đức Phật, và Luận tạng hay A-tì-đạt-ma (Vi diệu pháp) là phần luận giải và các hệ thống triết học được trước tác bởi các luận sư Phật giáo. Có hai văn bản giáo điển đầy đủ của Luận tạng (A-tì-đạt-ma) vẫn còn giữ được đến ngày nay. Một của bộ phái Theravada (Nguyên thủy bộ) bằng tiếng Pali và một của Sarvāstivāda (Nhất thiết hữu bộ) bằng Phạn ngữ. Tại Tây Tạng chỉ giảng dạy bộ A-tì-đạt-ma của Nhất thiết hữu bộ. Những vấn đề chính về vũ trụ quan được trình bày trong chương 3 của tác phẩm A-tì-đạt-ma Câu-xá luận của ngài Thế Thân (Vasubandhu), đã được Leo Pruden dịch sang Anh ngữ - Asian Humanities Press, Berkeley California, 1991.

CHƯƠNG II: KHỔ ĐẾ (CHÂN LÝ VỀ KHỔ ĐAU)

này, chúng ta có thể gọi đây là sự tiến hóa của vũ trụ vật lý.

Tiến trình vô hạn của sự tiến hóa này rất tương tự với giả thuyết *Big Bang* (Vụ nổ lớn) của khoa học hiện đại. Nếu lý thuyết *Big Bang* của khoa học vũ trụ chỉ chấp nhận duy nhất một vụ nổ lớn như là nguồn gốc vũ trụ, thì dĩ nhiên điều đó không tương hợp với cơ sở vũ trụ quan Phật giáo. Trong trường hợp này, những người tin Phật hẳn phải vắt óc suy nghĩ để tìm ra một cách giải thích không mâu thuẫn với quan điểm Phật giáo về quá trình tiến hóa của vũ trụ. Tuy nhiên, nếu lý thuyết *Big Bang* không nhất thiết chỉ có một vụ nổ lớn duy nhất ban đầu, mà chấp nhận có nhiều vụ nổ lớn, thì điều đó sẽ hết sức phù hợp với cách hiểu của Phật giáo về quá trình tiến hóa.

Bộ *A-tì-đạt-ma* của *Nhất thiết hữu bộ* cũng nói đến những cách thức chính xác mà vũ trụ tan rã vào giai đoạn kết thúc của mỗi chu kì. Khi vũ trụ vật lý bị lửa hủy hoại (*hỏa tai*), chỉ có những tầng thấp hơn tầng đầu tiên của *Sắc giới* bị hủy hoại mà thôi; khi bị nước hủy hoại (*thủy tai*) thì từ tầng thứ hai của *Sắc giới* trở xuống sẽ bị hủy hoại; khi bị gió hủy hoại (*phong tai*) thì từ tầng thứ ba của *Sắc giới* trở xuống sẽ bị hủy hoại. Do đó, trong vũ trụ quan Phật giáo thì sự tiến hóa của vũ trụ vật lý được hiểu qua hình thức bốn yếu tố: *lửa, nước, gió* và *đất* (*Tứ đại*). Chúng ta thường thêm hư không vào danh sách này, nên tổng cộng có năm yếu tố. Một luận giải phức tạp về cơ chế thành phần của sự tan rã không chỉ tìm thấy trong *A-tì-đạt-ma*, mà còn có trong *Tối thượng luận*. Những giải thích này có vẻ rất tương tự với các lý thuyết khoa học hiện đại.

Cũng cần nói rằng những gì nêu trong *A-tì-đạt-ma* không phải luôn luôn được hiểu theo nghĩa đen. Chẳng hạn, theo *A-tì-đạt-ma*, cấu trúc vũ trụ dựa trên mô hình một núi *Tu-di*[1] ở giữa, bao bọc bởi bốn "châu lục". Ta cũng thấy trong tập luận này nhiều sự mô tả về kích thước của mặt trời và mặt trăng mâu thuẫn với các giải thích của khoa học hiện đại. Với giả thiết rằng các thực nghiệm khoa học đã chứng minh được những luận điểm này là sai, ta sẽ chấp nhận kết luận của các nhà khoa học về những điểm này.

Vậy, ở đây tôi vừa phác hoạ một cách rất sơ lược cách hiểu của Phật giáo về sự tiến hóa của vũ trụ vật lý, hay trong một nghĩa rộng hơn là của môi trường sống. Còn về các chúng sinh sống

---

[1] Núi Tu-di được xem là trung tâm của mỗi thế giới. Các châu lục bao quanh gồm: 1. Phất-bà-đề (弗婆提) tại phương đông (Pūrvavideha, cũng dịch là Đông Thắng Thần châu - 東勝神洲), 2. Cù-da-ni (瞿耶尼) tại phương tây (Aparagodāniya - cũng dịch là Tây Ngưu Hóa châu - 西牛貨洲), 3. Diêm-phù-đề (閻浮提) tại phương nam (Jambudvipa - cũng dịch là Nam iệm Bộ châu - 南贍部洲). 4. Uất-đan-việt (鬱單越) tại phương bắc. (Uttarakuru - cũng dịch là Bắc Cù Lô châu - 北瞿盧洲). Bốn châu này trong kinh điển thường được gọi chung là Tứ thiên hạ. (ND)

CHƯƠNG II: KHỔ ĐẾ (CHÂN LÝ VỀ KHỔ ĐAU)

trong những môi trường này, Phật giáo thừa nhận có rất nhiều chủng loại khác nhau. Có những chúng sinh có hình thể và có những chúng sinh được nhận biết như là không có hình thể. Ngay cả trong thế giới mà chúng ta quen thuộc, cũng có nhiều chúng sinh ta nhận biết được và một số khác ta không nhận biết được, như những chúng sinh trong thế giới thần linh chẳng hạn.

Nói chung, Phật giáo cho rằng việc sinh ra trong cõi người là một trong những dạng sống lý tưởng nhất vì rất thuận lợi cho việc thực hành Chánh pháp. Vì thế, so với con người thì thần linh thật ra được xem là thấp kém hơn, vì dạng sống đó kém hiệu quả hơn trong việc theo đuổi thực hành Chánh pháp. Thần linh có thể có những khả năng mà ta không có, như là những năng lực tiên tri hay một số năng lực siêu nhiên, nhưng thật ra họ vẫn chỉ là một phần của thế giới mà loài người đang sống. Tất cả chúng sinh trong thế giới này đều chịu sự chi phối của sự nhận thức sai lầm và những cảm xúc gây đau khổ. Trong một ý nghĩa nào đó, người ta có thể nói rằng những chúng sinh này thật ra là được tạo thành bởi sự nhận biết sai lầm và những cảm xúc đau khổ.

Ngài *Lạt-ma Tông-khách-ba* (*Tsongkhapa*)[1]

---

[1] Đại sư Tông-khách-ba sinh năm 1357, viên tịch năm 1419, là một trong những tên tuổi chói sáng nhất của Phật giáo Tây Tạng. (ND)

mô tả rất sinh động về đời sống mê lầm của những chúng sinh trong vòng luân hồi. Ngài so sánh tương tự như một người bị trói rất chặt bởi những sợi dây ác nghiệp, nhận thức sai lầm, những cảm xúc và tư tưởng gây khổ đau. Quấn chặt trong tấm lưới *bản ngã* và tự đắm chấp, họ bị những dòng thác của kinh nghiệm dao động và khổ đau cuốn trôi đi khắp nơi một cách không mục đích.[1] Đời sống luân hồi là như vậy!

BA LOẠI KHỔ ĐAU

Và câu hỏi đặt ra lúc này là: *duḥkha* là gì? Đau khổ là gì? Phật giáo mô tả ba cấp độ hay ba loại đau khổ. Loại thứ nhất gọi là "*khổ vì đau khổ*",[2] loại thứ hai là "*khổ vì sự thay đổi*",[3] và loại thứ ba là "*khổ vì duyên sinh*".[3]

Khi nói về loại thứ nhất, "*khổ khổ*", ta chỉ nói trong phạm vi quy ước thông thường của các kinh nghiệm mà tất cả chúng ta đều xem là

---

[1] Three Aspects of the Path, kệ thứ 7. Xem Life and Teachings of Tsongkhapa của Robert Thurman, Library of Tibetan Works and Archieves, Dharamsala, 1982.

[2] Loại khổ này được gọi là khổ khổ, nghĩa là khổ vì những sự đau đớn tinh thần hay thể xác. (ND)

[3] Loại khổ này được gọi là hoại khổ, nghĩa là khổ vì tứ đại trong thân luôn tương khắc, thường biến đổi đi dần chỗ hoại diệt, và vì những gì ta ưa thích cũng chịu quy luật của sự thay đổi, hoại diệt. (ND)

CHƯƠNG II: KHỔ ĐẾ (CHÂN LÝ VỀ KHỔ ĐAU)

đau khổ. Những kinh nghiệm này là đau đớn. Theo Phật giáo, có bốn kinh nghiệm chính của loại khổ này, được xem là nền tảng của đời sống trong luân hồi. Đó là các nỗi khổ về *sinh, già, bệnh* và *chết* (*sinh, lão, bệnh, tử*). Câu chuyện về cuộc đời của chính đức Phật đã minh họa rõ rệt ý nghĩa của việc nhận biết những trạng thái này là các dạng của khổ đau cũng như tầm quan trọng của sự nhận biết này là chất xúc tác tinh thần cho việc mưu cầu cứu cánh. Như chuyện được kể lại, khi còn là vị thái tử trẻ tên *Siddhārtha* (*Tất-đạt-đa*),[4] đức Phật đã bắt gặp một người bệnh, một người già, và một người chết đang được khiêng đi. Ảnh hưởng của sự mục kích những khổ đau này rõ ràng đã dẫn tới việc Ngài nhận chân rằng khi chưa thoát khỏi quá trình vô tận của việc sinh ra thì con người vẫn luôn là đối tượng của ba dạng khổ đau kia.[5] Sau đó, hình ảnh của một vị tu sĩ thoát tục được cho là đã giúp đức Phật nhận biết rằng người ta hoàn toàn có thể thoát ra khỏi chu kì đau khổ này.[1]

Vậy nên Phật giáo quan niệm rằng, khi chúng ta còn là đối tượng của tiến trình tái sinh thì tất cả những dạng khác của đau khổ đều là hệ quả tất nhiên của điểm khởi đầu đó. Ta có thể mô tả đời sống như là sự hiện hữu trong chu kì của sự sinh ra và chết đi, và trong khoảng giữa hai thời

---

[1] Ở đây chỉ chu kỳ của sinh, già, bệnh và chết. (ND)

điểm đó, quả thật là có nhiều nỗi khổ đau khác nhau liên quan đến bệnh tật và già yếu.

Cấp độ thứ nhì của đau khổ là *khổ vì sự thay đổi*, chỉ đến các kinh nghiệm ta thường xem là khoái lạc. Tuy nhiên, trong thực tế, khi chúng ta vẫn còn trong trạng thái chưa giác ngộ thì tất cả những kinh nghiệm vui sướng của ta đều là cấu nhiễm và tất yếu phải mang đến đau khổ.

Vì sao Phật giáo lại cho rằng các kinh nghiệm có vẻ như vui sướng thực chất đều là những trạng thái đau khổ? Vấn đề nằm ở chỗ là ta cảm nhận chúng như những trạng thái khoái lạc hay vui sướng chỉ vì khi so sánh với những kinh nghiệm đau đớn thì chúng có vẻ là một dạng thức của sự giải thoát nhẹ nhõm. Tính chất vui thích của chúng chỉ là tương đối. Nếu tự chúng là các trạng thái vui thích chân thật, thì cũng giống như các kinh nghiệm đau khổ càng tăng thêm khi ta đắm sâu vào các nguyên do dẫn tới đau đớn; lẽ ra khi chúng ta càng chạy theo những nguyên nhân làm sinh khởi kinh nghiệm vui thích thì sự vui sướng hay thích thú phải càng tăng thêm như thế. Nhưng thực tế lại không phải như vậy!

Chẳng hạn, trong cuộc sống thường ngày, lúc được ăn ngon mặc đẹp, lại có trang sức lộng lẫy... bạn sẽ cảm thấy thật là tuyệt vời trong một thời gian ngắn. Không chỉ riêng bạn vui hưởng cảm giác thoả mãn, mà khi bạn mang khoe những vật

CHƯƠNG II: KHỔ ĐẾ (CHÂN LÝ VỀ KHỔ ĐAU)

sở hữu của mình với người khác, họ cũng chia sẻ cảm giác thỏa mãn đó. Nhưng rồi sau đó một ngày, một tuần, hay một tháng... chính những thứ đã từng mang lại niềm vui cho bạn giờ đây có thể chỉ tạo ra sự nhàm chán. Đó là bản chất của sự vật - chúng luôn thay đổi.

Danh vọng mà chúng ta có được cũng không khác gì. Ban đầu, bạn có thể tự nghĩ rằng "Ồ, tôi thật hạnh phúc! Giờ đây tôi đang có danh thơm, tôi nổi tiếng!" Nhưng sau một thời gian, những gì bạn cảm thấy có thể chỉ còn là sự nhàm chán và không thỏa mãn.

Sự thay đổi giống như thế cũng có thể xảy ra trong tình yêu hay trong quan hệ nam nữ. Lúc đầu, bạn gần như điên lên vì sự say mê, nhưng sau đó thì chính sự say mê đó có thể chuyển thành sự căm hận và gây hấn, và trong trường hợp tồi tệ nhất thậm chí có thể dẫn đến án mạng. Vì thế, đó là bản chất của sự việc. Nếu bạn quan sát thật kỹ thì hết thảy những gì tốt đẹp, hết thảy những gì ta cho là đáng mong muốn, cuối cùng cũng đều đem lại khổ đau cho ta.

Cuối cùng, chúng ta đề cập đến loại khổ thứ ba, *đau khổ vì duyên sinh*. Điều này gợi lên một câu hỏi quan trọng: Tại sao đây lại là bản chất của sự vật? Câu trả lời là: Vì hết thảy những gì xảy ra trong vòng luân hồi đều do nơi *vô minh*. Dưới sự ảnh hưởng hay chi phối của *vô minh* thì không thể có một trạng thái hạnh phúc vĩnh cửu. Bao giờ cũng có những khó khăn hay rắc rối nào đó xảy ra. Khi ta còn trong vòng thống trị của *vô minh*, tức là nhận thức của ta có nền tảng sai lầm hay lẫn lộn về bản chất của sự vật, thì khổ đau vẫn còn tiếp nối nhau xuất hiện, tựa như các làn sóng trên mặt nước.

Vì thế, cấp độ thứ ba của đau khổ chỉ đến một sự thật không che đậy trong đời sống mê lầm của chúng ta, một đời sống chịu ảnh hưởng của sự nhầm lẫn về cơ bản và của các nghiệp bất thiện do sự nhầm lẫn gây ra. Sở dĩ ta gọi loại khổ này là *khổ vì duyên sinh* là vì đời sống trong trạng thái khổ này không chỉ là nền tảng của các kinh nghiệm đau đớn trong kiếp này, mà còn là nền tảng cho các nhân duyên của sự đau khổ trong tương lai.

Trong cả hai tác phẩm *Chú giải Tập lượng luận* (*Prama-navarttika*) của *Dharmakirti* và *Trung đạo tứ bách kệ tụng* (*Chatuhshatakashastrakarika*) của *Aryadeva* (*Thánh Thiên*)[1] đều có chỉ ra một phương cách hữu ích để xem xét cấp độ thứ ba của khổ, và giúp ta hiểu sâu hơn về nó. Cả hai tác phẩm này đều nhấn mạnh vào việc quán chiếu mức độ vi tế của bản chất vô thường, ngắn ngủi của thực tại.

Điều quan trọng phải luôn ghi nhớ là có hai

---

[1] Có sách dịch là Thánh Đề Bà. (ND)

CHƯƠNG II: KHỔ ĐẾ (CHÂN LÝ VỀ KHỔ ĐAU)

tầng ý nghĩa ở đây. Người ta có thể hiểu tính vô thường qua cách mà một sự việc nào đó khởi lên, tồn tại trong một thời gian, và rồi biến mất. Mức độ vô thường này có thể hiểu được khá dễ dàng. Ta nên nói thêm rằng, ở mức độ này sự tan rã của một sự vật nào đó đòi hỏi một trợ duyên có tác động như là chất xúc tác để phá hủy sự tương tục của nó.

Tuy nhiên, còn có một cách hiểu thứ hai vi tế hơn về tính tạm thời. Từ cách nhìn vi tế hơn này thì tiến trình thay đổi rõ rệt mà ta vừa mô tả trên chỉ là hệ quả của một tiến trình thay đổi tiềm ẩn và năng động sâu xa hơn. Ở một mức độ sâu hơn, mọi thứ đều liên tục thay đổi trong từng *sát-na*[1]. Tiến trình thay đổi ngắn ngủi này không do nơi một trợ duyên khởi lên để phá hủy một sự vật nào đó, mà đúng hơn thì nguyên nhân đã dẫn đến sự hình thành của một sự vật cũng chính là nguyên nhân hủy hoại nó. Nói cách khác, trong nguyên nhân sinh khởi của sự vật đã hàm chứa nguyên nhân hủy diệt nó.

Vì thế, tính chất tạm thời của sự vật nên được hiểu theo hai cách. Cách hiểu thứ nhất bao gồm cả ba thời điểm hiện hữu của bất kỳ một thực thể nào - trong thời điểm thứ nhất, nó sinh khởi; trong thời điểm thứ hai, nó tồn tại, trong thời điểm thứ ba, nó tan rã. Cách hiểu thứ nhì

---

[1] Sát-na là đơn vị thời gian rất ngắn, thường chỉ được dùng với ý nghĩa tượng trưng. (ND)

là tính chất tạm thời trong chính mỗi thời điểm. Một thời điểm không bao giờ đứng yên; ngay khi vừa khởi lên nó đã luôn chuyển động về hướng sự tan rã của chính nó.

Vì mọi sự vật đều sinh khởi trọn vẹn ngay từ lúc bắt đầu, nên sự ra đời của sự vật hiện hữu cùng lúc với mầm mống hoặc tiềm năng của sự tan rã. Về phương diện này, người ta có thể nói rằng sự diệt mất của chúng không phụ thuộc vào bất kỳ một trợ duyên nào khác. Do đó, trong giáo lý nhà Phật, tất cả hiện tượng đều được xem là "*y tha*",[1] có nghĩa là, mỗi hiện tượng đều phải chịu sự chi phối của các nguyên nhân tạo ra chúng.

Một khi đã phát triển được sự hiểu biết về bản chất tạm thời của hiện tượng, bạn có thể vận dụng những hiểu biết về khổ đau *(duḥkha)* vào trong bối cảnh này, và quán chiếu đời sống của bạn như là một chúng sinh trong cõi luân hồi này. Bạn biết rằng, vì thế giới hiện hữu như là kết quả các nhân duyên của chính nó, nên nó cũng phải tuân theo nguyên lý "*y tha*". Nói cách

---

[1] Dịch từ chữ "other-powered". Hiểu theo sát nghĩa là phụ thuộc vào nguồn lực từ bên ngoài, không thể tự vận hành (bất tự hành). Tuy nhiên, ý nghĩa này cũng không ra ngoài khái niệm "phụ thuộc vào cái khác" (y tha). Nguyên lý y tha khởi phát biểu rằng: Tất cả mọi sự vật, hiện tượng đều phụ thuộc vào những sự vật, hiện tượng khác để sinh khởi. Và do đó, cũng là phụ thuộc vào những sự vật, hiện tượng khác để vận hành, tồn tại. Chúng tôi chọn dịch bằng từ này vì đây là khái niệm đã quen thuộc với hầu hết những người học Phật.(ND)

CHƯƠNG II: KHỔ ĐẾ (CHÂN LÝ VỀ KHỔ ĐAU)

khác, nó phải chịu sự chi phối của các tiến trình là nguyên nhân dẫn tới sự sinh khởi của nó. Nhưng trong vòng luân hồi thì những nguyên nhân mà ta đang đề cập đến ở đây không gì khác hơn mà chính là sự nhầm lẫn về bản chất sự vật, hay *vô minh* (tiếng Tây Tạng là *marigpa*) và các trạng thái sai lầm do sự nhầm lẫn đó làm sinh khởi. Chúng ta biết rằng, khi ta vẫn còn chịu sự khống chế của sự nhầm lẫn về bản chất này thì không thể có niềm vui hay hạnh phúc dài lâu. Dĩ nhiên, trong *Tam giới* cũng có những trạng thái so ra là vui thích hơn các trạng thái khác. Nhưng khi ta còn trong vòng luân hồi, bất kể là ở trong *Dục giới, Sắc giới* hay *Vô sắc giới*, thì vẫn không có điều kiện cho hạnh phúc lâu bền. Xét đến cùng thì chúng ta luôn ở trong trạng thái khổ đau (*duḥkha*). Đây là ý nghĩa của loại khổ thứ ba.

VÔ MINH

Vô minh hay sự nhầm lẫn, trong Phạn ngữ là *avidyā*, có nghĩa đen là *"không hiểu biết"*. Có nhiều cách diễn dịch ý nghĩa chữ *avidyā*, tùy theo các trường phái triết học và quan điểm khác nhau của họ về giáo lý nền tảng vô ngã (*anātman*) của Phật giáo. Mặc dù thế, ý nghĩa chung nhất đối với mọi trường phái là sự mê muội cơ bản về cội nguồn hiện hữu của chúng ta. Nguyên do của điều này tương đối đơn giản.

TỨ DIỆU ĐẾ

Bằng vào kinh nghiệm tự thân, tất cả chúng ta đều biết rằng những gì ta khao khát sâu xa muốn đạt tới là hạnh phúc và những gì ta cố sức tránh né là khổ đau. Vậy mà những hành vi, cách ứng xử của ta chỉ làm tăng thêm khổ đau, không đem lại niềm vui và hạnh phúc lâu dài mà ta theo đuổi. Điều này chắc chắn có nghĩa là ta đang hoạt động trong khuôn khổ của vô minh, và cũng cho thấy chúng ta đang trải qua sự mê lầm cơ bản ngay từ trong cội gốc của đời sống như thế nào.

Theo giáo lý truyền thống của đạo Phật, có một cách để quán chiếu bản chất của khổ đau (*duḥkha*) là quán chiếu những nỗi khổ phải chịu đựng trong mỗi cảnh giới của sáu nẻo luân hồi.[1] Sáu nẻo này bao gồm địa ngục, súc sinh, ngạ quỷ... Đối với một số người, những quán chiếu như vậy có thể thôi thúc họ phát triển sâu sắc hơn niềm khao khát được thoát khỏi khổ đau. Nhưng đối với nhiều người khác, trong đó có cả chính tôi, thì sự quán chiếu những khổ đau của chính con người có thể là hiệu quả hơn. Cho dù đạo Phật có dạy rằng

---

[1] Sáu nẻo luân hồi (lục đạo - 六道) là sáu cảnh giới mà tất cả chúng sinh tùy theo nghiệp lực phải tái sinh vào. (ND) Theo Phật giáo Tây Tạng thì mỗi cảnh giới này chịu sự khống chế mạnh nhất của một tâm niệm xấu cụ thể. Đó là: cảnh giới địa ngục (tâm sân hận), cảnh giới súc sinh (tâm ngu si), cảnh giới ngạ quỷ (tâm keo lận), cảnh giới loài người (tâm tham dục), cảnh giới A-tu-la (tâm ghen tị), và cảnh giới chư thiên (tâm kiêu mạn).

CHƯƠNG II: KHỔ ĐẾ (CHÂN LÝ VỀ KHỔ ĐAU)

cuộc sống con người là một dạng tích cực nhất trong mọi dạng sống, vì con người có tiềm năng đạt tới sự giác ngộ hoàn toàn, nhưng không phải bao giờ con người cũng được hạnh phúc. Chúng ta tất yếu phải chịu đựng những nỗi khổ sinh, già, bệnh, chết. Hơn nữa, khi người ta quán chiếu sự thật là đời sống này bị quy định và khống chế bởi sự mê lầm và các cảm xúc, tư tưởng sai lầm khởi lên từ sự mê lầm đó, thì đối với một người như tôi, sự nhận biết được điều này dường như hiệu quả hơn nhiều so với việc suy tư về những đau khổ trong các cảnh giới khác.

Như đã nói trước đây, kinh điển Phật giáo có mô tả quá trình nhân quả mà thông qua đó vô minh làm sinh khởi các hành vi tác ý, rồi đến lượt các tác ý này lại làm sinh khởi một đời sống trong thế giới luân hồi, và cứ tiếp tục thế, theo như 12 mắt xích trong chuỗi duyên sinh (*Thập nhị nhân duyên*). Về điểm này đức Phật đưa ra ba nhận xét. Ngài nói:

"Vì cái này có, cho nên cái kia có. Vì cái này sinh, cho nên cái kia sinh. Vì có căn bản vô minh nên mới có các hành động tác ý."[1]

Khi luận giải về ba phát biểu trên, ngài *Asaṅga* giải thích trong *A-tì-đạt-ma tập luận* rằng có *ba điều kiện* cần thiết cho sự sinh khởi

---

[1] Lời dạy này có thể tìm thấy trong kinh Trung A Hàm I (trang 262, Pali Text Society) và Trung Bộ Kinh III (trang 43, Pali Text Society), và kinh Tạp A Hàm II (trang 28, Pali Text Society).

của bất cứ sự vật nào, và tôi cho rằng sự hiểu biết các điều này là hữu ích ở đây.

Vì cái này có, cho nên cái kia có

Ngài *Asaṅga* giải thích tầm quan trọng của phát biểu đầu tiên là tất cả mọi hiện tượng sinh khởi vì chúng có các nguyên nhân. Có thể nói rằng, có một chuỗi nhân quả kéo dài vô hạn và không có vẻ gì là có một nguyên nhân đầu tiên hay một thời điểm *"bắt đầu"* để từ đó mọi thứ sinh khởi. Ngài *Asaṅga* nói đến nhận xét đó như là *điều kiện về sự hiện hữu của một nguyên nhân*.

Vì cái này sinh, cho nên cái kia sinh

Luận giải về mệnh đề thứ hai, ngài *Asaṅga* đưa ra điều mà Ngài gọi là *điều kiện về tính vô thường*. Ý nghĩa của điều này là: chỉ riêng sự hiện hữu của một sự vật nào đó là chưa đủ để tạo ra một hậu quả. Để một sự vật có được khả năng tạo ra một hậu quả thì tự nó phải là đối tượng của nhân quả, hay nói cách khác, tự nó phải được sinh khởi như là kết quả của các nguyên nhân khác. Từ đó chúng ta có một chuỗi vô hạn các nguyên nhân. Vì thế, chỉ riêng sự hiện hữu không làm sinh khởi các hậu quả; một nguyên nhân không chỉ hiện hữu mà còn phải mang tính vô thường và là đối tượng của nhân quả.

CHƯƠNG II: KHỔ ĐẾ (CHÂN LÝ VỀ KHỔ ĐAU)

Vì có căn bản vô minh nên mới có các hành động tác ý

Giải thích của ngài *Asaṅga* về điều này đề cập thêm một tiêu chuẩn cần thiết để một nguyên nhân tạo ra được hậu quả. Ngài gọi đó là *điều kiện về tiềm năng*. Theo đó, sự hiện hữu của một nguyên nhân mang tính vô thường vẫn chưa đủ để tạo ra một kết quả cụ thể. Không phải mọi thứ đều có thể tạo ra mọi thứ hay bất kỳ thứ gì. Phải có mối tương quan tự nhiên nào đó giữa một nguyên nhân và kết quả của nó. Chẳng hạn, vì bản chất cuộc sống của chúng ta là đau khổ nên ta mong cầu hạnh phúc, nhưng do nơi vô minh ta lại tạo ra thêm nhiều đau khổ hơn cho chính mình, và điều này do nơi đau khổ là gốc rễ cuộc sống của ta. Do đó, kết quả ta đạt được là có tương quan với nguyên nhân của nó.

Vậy, nói tóm lại, có *ba điều kiện* cần cho một sự việc bất kỳ sinh khởi là: sự hiện hữu của một nguyên nhân, nó mang tính vô thường, và nó tương quan với kết quả.

Trong quan điểm này, ta nên hiểu như thế nào về mối quan hệ nhân quả, chẳng hạn, giữa *vô minh* và các *hành vi tác ý*? Nói chung, Phật giáo theo khuynh hướng phân tích chặt chẽ các quan hệ nhân quả, và trong kinh điển có nhiều chỗ đề cập đến các loại nhân duyên khác nhau. Tuy nhiên, chủ yếu có hai loại nguyên nhân, một loại là nguyên nhân vật chất hay *chính yếu*, và loại kia là nguyên nhân *góp phần*. Nguyên nhân vật chất có nghĩa là loại chất liệu được chuyển thành hậu quả, vậy nên ta có thể nói tới, chẳng hạn, về một dòng vật chất tương tục của một thực thể vật lý. Có nhiều nhân tố khác cần thiết để một nguyên nhân chuyển sang thành kết quả của nó, và những nhân tố này được gọi là các nguyên nhân góp phần.

Thêm nữa, còn có những cách thức khác nhau qua đó các điều kiện có thể ảnh hưởng tới một kết quả. Những điều này liên quan nhiều hơn tới hoạt động phức tạp của tâm thức. Trong kinh điển xác định có năm loại điều kiện (*ngũ uẩn*),[1] chẳng hạn như là điều kiện khách quan, tức là đối tượng của nhận thức; các cơ quan cảm thụ mà từ đó khởi lên nhận thức cảm giác; hay điều kiện dẫn khởi, tức là dòng tương tục của tâm thức ngay trước đó... và vân vân. Như vậy, bạn có thể thấy sự lý giải của Phật giáo về nhân quả là rất phức tạp.

Hãy lấy một thí dụ về lửa. Nguyên nhân vật chất của lửa là gì? Ta có thể nói đó là khả năng tiềm tàng bên trong chất đốt được dùng để tạo ra lửa, chất này sau đó trở thành lửa.

---

[1] Ngũ uẩn bao gồm: *sắc* - đối tượng của các giác quan; *thọ* - các loại tri giác và cảm xúc; *tưởng*: - ý thức bao gồm sáu loại sắc, thinh, hương, vị, xúc, và những ấn tượng tinh thần; *hành* - những hoạt động tâm lý sau khi có tưởng bao gồm khái niệm hay hành động như chú ý, đánh giá, vui thích, ghét bỏ, quyết tâm, tỉnh giác...; và *thức* - các nhận thức tương ứng nảy sinh từ mắt, tai, mũi, lưỡi, thân, ý. (ND)

CHƯƠNG II: KHỔ ĐẾ (CHÂN LÝ VỀ KHỔ ĐAU)

Trong trường hợp ý thức thì vấn đề phức tạp hơn. Chẳng hạn, rõ ràng là ta cần có các giác quan bằng thể chất để có các cảm giác. Dĩ nhiên, cơ sở thể chất của ý thức cũng sẽ bao gồm hệ thống thần kinh, mặc dù trong các kinh văn Phật giáo cổ điển hầu như không đề cập đến điều này, và có lẽ đây là điều cần được bổ sung vào các lý thuyết Phật giáo về phần nhận thức và tâm lý. Tuy nhiên, nguyên nhân chính yếu của ý thức hẳn không phải là những thực thể vật lý này. Nó phải được hiểu theo sự tương tục của chính nó, dù là ở dạng tiềm tàng hay một khuynh hướng, hay bất kỳ dạng nào khác. Đây là đề tài rất khó, nhưng có lẽ ta có thể nói rằng nguyên nhân chính yếu của *thức* có thể được hiểu như là dòng tương tục của *thức vi tế*, mặc dù ta nên cẩn thận không dừng lại ở chỗ ngụ ý rằng nguyên nhân vật chất của bất kỳ vật nào cũng hoàn toàn giống hệt như bản thân vật đó. Nhận thức này không đứng vững được. Chẳng hạn, ta không thể duy trì quan điểm cho rằng những nguyên nhân chính yếu của các cảm giác luôn là các cảm giác, vì các thức cảm thụ thuộc về những cấp độ thô của tâm thức và phụ thuộc vào các giác quan của mỗi người, trong khi đó dòng tâm thức tương tục nên được hiểu ở cấp độ thức vi tế. Do vậy, có lẽ ta nên nói rằng các nguyên nhân chính yếu của thức tồn tại ở dạng tiềm tàng thì đúng hơn là những trạng thái nhận thức thực sự.

TỨ DIỆU ĐẾ

Ý THỨC

Khi nói đến ý thức, hay *"shes pa"* trong tiếng Tây Tạng, ta không nói về một thực thể nguyên khối và đơn độc, riêng lẻ "ở bên ngoài"; mà tất nhiên là ta đang đề cập đến phần ý thức tinh thần mà theo tâm lý học Phật giáo gọi là thức thứ sáu.[1]

Nói chung, khi chúng ta cố nhận rõ tâm mình thông qua sự tự quán chiếu nội tâm, ta sẽ thấy rằng tâm thức luôn có khuynh hướng bị chi phối bởi các ý nghĩ tản mạn hoặc bởi các cảm giác, cảm xúc. Vì thế, ta hãy thử khảo sát xem các cảm xúc và ý nghĩ tản mạn đã khởi lên trong tâm thức như thế nào.

Dĩ nhiên là các cảm xúc có thể được xem xét trong mối quan hệ với hai chiều khác nhau của thực tại. Ta có thể chỉ đơn thuần nói về chúng ở cấp độ lý tính, như là các cảm giác. Nhưng khi ta cố nhận hiểu các cảm xúc về mặt nhận thức tinh thần thì vấn đề sẽ phức tạp hơn nhiều. Và cho dù mặc nhiên chấp nhận là phải có các mối liên lạc giữa ý thức và hệ thần kinh của cơ thể, bằng cách

---

[1] Tâm lý học Phật giáo dựa trên quá trình nhận thức từ sáu năng lực nhận thức: thấy, nghe, ngửi, nếm, sờ chạm, và suy nghĩ. Mỗi năng lực liên quan đến một giác quan (mắt, tai, mũi, lưỡi, thân, và ý) cùng với một thức nhận biết hoạt động đặc biệt tương ứng với giác quan đó. Vì thế, có cả thảy sáu thức nhận biết, thức thứ sáu là ý thức, hay nhận thức tinh thần.

CHƯƠNG II: KHỔ ĐẾ (CHÂN LÝ VỀ KHỔ ĐAU)

nào đó ta vẫn phải xem xét được đến các cấp độ sâu hơn của cảm xúc, hay cũng có thể gọi đây là những sắc thái của kinh nghiệm.

Tôi muốn chỉ ra rằng mặc dù có rất ít nghiên cứu đã được tiến hành trong lĩnh vực này, và bất kể sự thật là các nghiên cứu ít ỏi này vẫn chỉ là trong giai đoạn phôi thai, nhưng các trải nghiệm của những người hành thiền đã chỉ ra một hiện tượng có thể là rất khó giải thích đối với khoa học hiện nay. Các trải nghiệm này cho thấy là không cần đến bất cứ sự tự ý thay đổi vật lý nào trong thân thể, cũng như không cần có bất kì chuyển động vật lý nào của cơ thể, một người vẫn có thể gây ảnh hưởng tới trạng thái sinh lý của chính mình chỉ đơn giản bằng cách sử dụng năng lực tâm thức thông qua một trạng thái nhất tâm, tập trung tâm ý. Những thay đổi về mặt sinh lý đã xảy ra thật khó có thể giải thích được theo những giả định hiện thời về sinh lý học con người.

Không còn nghi ngờ gì nữa, ý thức và tất cả kinh nghiệm của chúng ta phụ thuộc vào thân xác, vì thế nên tâm và thân trong một ý nghĩa nào đó là không thể tách biệt. Nhưng đồng thời, tôi cảm thấy rằng sự nghiên cứu dường như chỉ ra rằng tâm thức con người rất có thể tự có một năng lực riêng, và có thể được tăng lên thông qua sự quán chiếu và thiền định, hay rèn luyện tâm thức. Thêm nữa, ai cũng biết rằng y học hiện đại ngày càng phải thừa nhận năng lực của ý chí trong quá trình hồi phục bệnh tật. Năng lực ý chí của một người ảnh hưởng tới sinh lý của người đó. Làm thế nào năng lực ý chí được phát triển? Có thể là thông qua việc tư duy xuyên suốt một sự vật nào đó và phát hiện các nền tảng hợp lý cho sự hiểu biết của một người. Cũng có thể là thông qua thiền định. Cho dù là được phát triển bằng cách nào, giờ đây người ta vẫn phải thừa nhận rằng ý chí có thể ảnh hưởng tới sự thay đổi vật lý.

Điều này có ý nghĩa gì? Những gì dường như được chấp nhận về mặt khoa học là mọi tư tưởng xuất hiện trong tâm trí đều tạo ra những biến đổi hóa học và những chuyển động bên trong não bộ, sau đó chúng được biểu lộ qua sự thay đổi sinh lý. Nhưng chỉ riêng tư tưởng không thôi liệu có tạo ra được những ảnh hưởng vật lý giống như vậy hay không? Và liệu có phải là các tư tưởng chỉ xuất hiện hoàn toàn như là kết quả của các biến đổi hóa học bên trong cơ thể hay não bộ hay không? Nhiều lần tôi đã hỏi các nhà khoa học liệu có thể nào tiến trình suy nghĩ chỉ bắt đầu trước tiên với tư tưởng đơn thuần, và rồi sau đó, quá trình phát triển tư tưởng mới làm xuất hiện các biến đổi hóa học, rồi đến lượt các biến đổi hóa học này kích khởi các hiệu ứng sinh lý. Hầu như bao giờ họ cũng trả lời rằng, dựa trên giả định ý thức phụ thuộc vào một cơ sở vật lý (như bộ não chẳng hạn) nên mọi tư tưởng khởi lên đều phải kèm theo hoặc gây ra bởi những biến đổi hóa học

CHƯƠNG II: KHỔ ĐẾ (CHÂN LÝ VỀ KHỔ ĐAU)

bên trong não bộ. Tuy nhiên, với tôi thì sự giả định đó dường như dựa trên định kiến hơn là chứng cứ thực nghiệm. Do vậy, tôi cho rằng vấn đề này vẫn còn để ngỏ và cần có những nghiên cứu sâu hơn nữa, đặc biệt là liên quan đến những người hành thiền có năng lực thiền định sâu xa.[1]

Kinh văn *Kim cương thừa* có nhiều chỗ bàn đến các cấp độ khác nhau của thức, hay các mức độ vi tế khác nhau của tâm, và các phương thức tương ứng giữa những cấp độ khác nhau của thức với các mức độ vi tế của năng lực. Tôi nghĩ những giải thích này có thể đóng góp rất nhiều cho sự hiểu biết của chúng ta về bản chất của tâm thức và các chức năng của nó.

Như chúng ta đã thấy trước đây, phần lớn tâm ý ta luôn bao gồm các trạng thái liên quan tới những đối tượng mà ta đã trải nghiệm trong quá khứ - những hồi ức về kinh nghiệm quá khứ chuyển vào trong ý thức hiện tại của chúng ta - hoặc là bao gồm một số loại cảm xúc, cảm giác. Kết quả là ta rất khó nhìn thấy được bản chất thực sự của ý thức, tức là trạng thái nhận biết đơn thuần hay sự sáng suốt của tâm thức. Chúng ta có thể ngồi thiền để nhận biết được điều này.

---

[1] Xem thêm tác phẩm Consciousness at the Crossroads: Conversations with the Dalai Lama on Brainscience and Buddhism. Ithaca, NY: Snow Lion, 1999. của B Alan Wallace, Zara Houshmand, và Robert Livingston. Lời kết của B. Alan Wallace "Buddhist Reflections" có đăng trên Internet (http://www.alanwallace.org/BuddhistRefls.pdf). (ND)

Thông qua việc ngồi thiền, ta giải phóng tâm thức khỏi các tư tưởng về kinh nghiệm quá khứ cũng như bất kì hình thức dự tưởng nào về tương lai. Thay vào đó, ta an trú trong sự tươi mới của hiện tại, mặc dù ta không thể thật sự nói là có một thức "*hiện tại*".

Khi bạn có thể giũ sạch các ý tưởng về quá khứ và tương lai, dần dần bạn sẽ bắt đầu cảm nhận được về khoảng giữa hai thời điểm đó. Bạn sẽ biết cách an trú trong thời khắc hiện tại. Trong khoảng thời gian đó, bạn sẽ bắt đầu thoáng nhận ra được cái gọi là *tính không*, và nếu bạn có thể duy trì trạng thái ở trong *tính không* đó ngày càng lâu hơn, thì dần dần chính cái bản chất của ý thức, tức là sự sáng suốt đơn thuần và tính chất nhận biết tự nhiên của tâm thức, sẽ từ từ hiển lộ trong bạn. Thông qua sự thực hành lặp lại nhiều lần, khoảng thời gian này có thể được kéo dài ngày càng lâu hơn, nhờ đó mà sự nhận biết của bạn về bản chất của ý thức trở nên càng lúc càng rõ ràng hơn.

Tuy nhiên, điều quan trọng là phải nhận biết rằng kinh nghiệm về sự sáng suốt của tâm thức, về bản chất của ý thức, tự nó không phải là một sự chứng ngộ thâm sâu. Sự tái sinh ở nhiều tầng trời trong cõi *Vô sắc giới* của luân hồi được xem là kết quả của việc an trú trong các trạng thái sáng suốt như vậy. Mặt khác, nếu ta biết cách sử dụng kinh nghiệm khởi đầu của sự sáng suốt

CHƯƠNG II: KHỔ ĐẾ (CHÂN LÝ VỀ KHỔ ĐAU)

đó như là một nền tảng, thì ta có thể thiết lập trên nền tảng đó bằng cách kết hợp thiền định với những pháp tu thực hành khác, và bằng cách này, kinh nghiệm sáng suốt đó sẽ trở nên thật sự thâm sâu.

Như vậy, ở đây tôi đã giảng giải cách nhận hiểu lời dạy của đức Phật về *Khổ đế*. Một khi bạn đã phát triển được nhận thức như thế này về bản chất khổ đau của đời sống, tức là bạn đã hiểu được phần nào rằng ngay nơi cội nguồn của khổ đau là một sự mê muội về căn bản - hay *vô minh*. Dĩ nhiên, điều này đưa ta đến với chân lý thứ nhì là *nguồn gốc của khổ đau - Tập khổ đế.*

HỎI ĐÁP

Hỏi: Thưa Ngài, nếu các chúng sinh hữu hình là vô thường do bản chất kết hợp vật lý, liệu các chúng sinh vô hình có thường tồn do không có yếu tố vật chất hay chăng?

HHDL: Hãy lấy thí dụ về một chúng sinh vô hình, nghĩa là một chúng sinh mà theo Phật giáo là thuộc về *Vô sắc giới*. Không giống như các chúng sinh ở *Dục giới* và *Sắc giới*, chúng sinh ở *Vô sắc giới* đó có thể không phải là đối tượng của các tiến trình phân hủy tự nhiên như các chúng sinh hữu hình, nhưng chúng sinh ấy vẫn là *vô thường* vì có một tuổi thọ hữu hạn được sống trong *Vô sắc giới*. Vì đời sống ở *Vô sắc giới* có một thời điểm bắt đầu và một thời điểm kết thúc, nên chúng sinh ấy vẫn là đối tượng của tiến trình thay đổi.

Tuy nhiên, nếu ta nói về một chúng sinh đã đạt được trạng thái *mokṣa*[1] (*giải thoát*) và trở thành một vị *A-la-hán* thì tình huống có khác đi. Tương tự, các vị *Bồ Tát* đạt đến mức độ giác ngộ rất cao (từ *Đệ bát địa* trở lên)[2] sẽ không còn là đối tượng của tiến trình lão hóa. Theo một nghĩa nào đó, người ta có thể nói rằng xét từ góc độ sự liên tục của ý thức thì có một ý nghĩa thường tồn đối với những chúng sinh giác ngộ như thế. Hơn nữa, những vị này được miêu tả trong kinh văn như là có một dạng thức tinh thần chứ không phải là hữu hình. Cũng nên lưu ý rằng dạng thức tinh thần này rất khác biệt so với "*thể tinh thần*" được mô tả trong *Kim cương thừa*, chẳng hạn như về mối quan hệ với các trạng thái sau khi chết.[3]

---

[1] Thường được phiên âm là Mộc-xoa. (ND)

[2] Theo Phật giáo Đại thừa, có 10 địa vị tu chứng của hàng *Bồ Tát*, gọi là Thập địa (*Daśabhūmi*). Mười địa vị ấy bao gồm: 1. Hoan hỷ địa (*Pramuditā-bhūmi*) 2. Ly cấu địa (*Vimalā-bhūmi*) 3. Phát quang địa (*Prabhākārī-bhūmi*) 4. Diệm huệ địa (*Arciṣmatī-bhūmi*) 5. Cực nan thắng địa (*Sudurjayā-bhūmi*) 6. Hiện tiền địa (*Abhimukhī-bhūmi*) 7. Viễn hành địa (*Dūraṅgamā-bhūmi*) 8. Bất động địa (*Acalā-bhūmi*) 9. Thiện huệ địa (*Sādhumatī-bhūmi*) 10. Pháp vân địa (*Dharmameghā-bhūmi*). (ND)

[3] Tức là trạng thái thân trung ấm (hay trung hữu) là giai đoạn chuyển tiếp của hai trạng thái. Kim cương thừa có đề cập đến 6 loại Trung ấm: Trung ấm lúc sinh; trung ấm trong giấc

CHƯƠNG III:

TẬP KHỔ ĐẾ (CHÂN LÝ VỀ NGUỒN GỐC KHỔ)

Trong chương trước, chúng ta đã xem xét sự thật rằng tất cả chúng ta đều khao khát hạnh phúc và ước muốn vượt qua đau khổ, và chúng ta có khuynh hướng tạo ra những điều kiện gây thêm đau khổ như thế nào bất chấp cả sự khao khát tự nhiên đó, chỉ vì ta không biết cách tạo ra các nguyên nhân của hạnh phúc. Ta nhận thấy nguồn gốc của tình huống này là một sự nhầm lẫn về cơ bản, hay gọi theo thuật ngữ Phật giáo là *căn bản vô minh*.[1] Sự nhầm lẫn này không chỉ là trong cách nhận thức về sự vật, mà còn cả trong nhận thức về các mối quan hệ nhân quả nữa. Do đó, trong Phật giáo ta nói về hai loại vô minh, hay *avidyā*, là: vô minh về luật nhân quả, cụ thể là luật nghiệp báo, và vô minh về bản chất tuyệt đối của thực

---

mơ; trung ấm trạng thái định; trung ấm lúc cận tử; trung ấm của Pháp thân diệu dụng, của Pháp tính; và trung ấm của sự trưởng thành và tái sinh. (ND)

[1] Căn bản vô minh (根本無明), Phạn ngữ là *mūlāvidyā*, theo Phật Quang Đại từ điển còn có các tên khác là căn bản bất giác (根本不覺), vô thủy vô minh (無始無明) hay nguyên phẩm vô minh (元品無明). Tất cả các tên gọi này đều được dùng để phân biệt với chi mạt vô minh (枝末無明). Do nơi căn bản vô minh mà sinh ra tất cả các kiến giải, ý tưởng sai lầm gọi chung là chi mạt vô minh.(ND)

tại. Những điều này liên hệ tương ứng tới hai cấp độ của hiểu biết về lý duyên khởi mà ta đã nói sơ qua trong trong phần mở đầu. Cấp độ đầu tiên là hiểu biết về sự phụ thuộc có tính nhân quả, giúp phá tan đi loại vô minh về luật nhân quả. Cấp độ sâu xa hơn là hiểu biết bản chất tuyệt đối của thực tại, giúp phá trừ loại căn bản vô minh.

Tuy nhiên, điều này không có nghĩa rằng vô minh là nguyên do duy nhất của sự chìm đắm trong mê muội. Tất nhiên là còn có nhiều nhân duyên phát sinh khác nữa, được gọi bằng thuật ngữ *kleśa*,[1] chỉ cho "*những ý tưởng và cảm xúc gây đau khổ*". Đây là một nhóm các cảm xúc và tư tưởng rất phức tạp, được mô tả chi tiết trong luận *A-tì-đạt-ma*. Chẳng hạn, theo *A-tì-đạt-ma* thì có 6 cảm xúc và ý tưởng phiền não căn bản, từ đó khởi lên 20 loại cảm xúc và ý tưởng phụ thuộc. Như vậy, luận *A-tì-đạt-ma* trình bày một sự giải thích đầy đủ về toàn thể thế giới của tư tưởng và cảm xúc.

Trong kinh văn của Kim cương Mật thừa (*Tantric Vajrayana*) còn có một cách giải thích khác về tiến trình chìm đắm trong luân hồi, trình bày chi tiết 80 loại ý tưởng hay khái niệm cho thấy chúng ta đang trong trạng thái chưa

---

[1] Phạn ngữ *kleśa* thường được phiên âm Hán Việt là cát-lệ-xá (吉隸舍), dịch nghĩa là phiền não, thường chỉ đến tham, sân, si như là những nguyên nhân làm sinh khởi các tư tưởng và cảm xúc gây khổ đau. (ND)

TẬP KHỔ ĐẾ (CHÂN LÝ VỀ NGUỒN GỐC KHỔ)

giác ngộ. Kinh văn *Kālacakra*,[1] một lớp giáo lý và thực hành thiền định trong *Kim cương thừa* còn phân tích xa hơn về nguyên nhân của sự chìm đắm trong luân hồi xét về những khuynh hướng tự nhiên.

Những tư tưởng và cảm xúc phiền não này, vốn được hình thành từ sự mê lầm căn bản của chúng ta, sẽ làm khởi lên các hành vi có tác ý. Như vậy, sự mê lầm cùng với các hành vi tạo nghiệp chính là nguồn gốc của khổ đau.

Nói chung, các cảm xúc và ý tưởng phiền não được định nghĩa là những cảm xúc và ý tưởng nào mà chỉ riêng sự sinh khởi của chúng đã tạo ra ngay sự xáo trộn tức thời trong tâm thức. Từ đó, chúng gây phiền não cho ta từ bên trong.

NGHIỆP[2]

Phân loại các hành vi tạo nghiệp

Nếu trên đây là định nghĩa tổng quát về *kleśa*, vậy định nghĩa của *karma* là gì?[3] Ta phải

---

[1] Có nơi dịch là Thời luân, với ý nghĩa là bánh xe thời gian. (ND)

[2] Dịch từ Phạn ngữ là Karma - Xem thêm bài viết "Phân loại nghiệp" của tác giả Lâm Như Tạng (http://www.tongiao.com/phanloainghiep-tiensilamnhutang.htm). (ND)

[3] Thuật ngữ "*karma*" xuất phát từ chữ Phạn "*karman*", nghĩa là "*hành vi*". Nó có ba ý nghĩa chính trong triết học Ấn Độ. Thứ nhất *karma* là hành động nghi lễ, đúng hơn là tế thần, trong buổi đầu của triết lý *Vedas* (Phệ-đà) và *Mimasa* (Di-mạn-sai).

nhớ đặt thuật ngữ này trong bối cảnh hiểu biết rộng hơn của đạo Phật về luật nhân quả tự nhiên. *Karma*, hay *nghiệp*, là một biểu hiện cụ thể của luật nhân quả tự nhiên vận hành khắp cả vũ trụ. Và theo Phật giáo thì tất cả sự vật hiện hữu chỉ hoàn toàn như là sự kết hợp các nhân duyên.

Như vậy, *nghiệp* là một biểu hiện của luật chung về nhân quả. Điều làm cho *nghiệp* trở thành cá biệt là việc nó gắn liền với hành động có tác ý, và do đó cũng gắn liền với một chúng sinh tạo tác. Các tiến trình nhân quả tự nhiên vận hành trong vũ trụ không thể gọi là nghiệp khi không gắn liền với một chúng sinh tạo tác. Một tiến trình nhân quả muốn được xem là một tiến trình của nghiệp cần phải gắn liền với một cá nhân có tác ý dẫn đến một hành vi cụ thể. Chính loại cơ chế nhân quả đặc biệt này được gọi là *nghiệp*.

Như vậy, trong phạm vi tổng quát của các hành vi tạo nghiệp, ta có thể nói đến ba loại hành vi khác nhau tạo ra các kết quả tương ứng. Các hành vi tạo ra khổ đau nói chung được xem

---

Thứ nhì, *karma* được hiểu như là một phạm trù đặc biệt của hành vi người, đó là hành vi ô uế và bị giới hạn, nghĩa này tìm thấy trong *Samkhya Yoga* (một trường phái tiền *Yoga*), *Advaita* (Bất nhị phái), *Bhagavad Gita* (một bản trường ca có tính triết lý cổ Ấn Độ) và Phật giáo. Ý nghĩa sau cùng, *karma* không là một hành vi mà là một lý thuyết về hành vi, đặc biệt lý thuyết về hành vi như là nguyên nhân quyết định. Ở đây đức Đạt-lai Lạt-ma đang nói đến ý nghĩa thứ ba này.

TẬP KHỔ ĐẾ (CHÂN LÝ VỀ NGUỒN GỐC KHỔ)

là những hành vi tiêu cực hay hành vi *bất thiện*. Những hành vi dẫn tới các kết quả tích cực và đáng mong muốn, chẳng hạn như là những kinh nghiệm vui thích và hạnh phúc, được xem là các hành vi tích cực hay hành vi *thiện*. Loại thứ ba bao gồm những hành vi dẫn tới sự thản nhiên, hay các cảm xúc và kinh nghiệm trung tính; chúng được xem là những hành vi trung tính, không phải là hành vi *thiện*, cũng không phải hành vi *bất thiện*.[1]

Xét về bản chất thực sự của chính các hành vi tạo nghiệp, có hai loại chính yếu là: hành vi tinh thần - là các hành vi không nhất thiết được biểu lộ thành hành động cụ thể - và hành vi vật thể, bao gồm các hành vi được thực hiện bằng thân thể và bằng miệng.[2] Và rồi nếu xét theo phương cách biểu hiện của một hành vi, ta phân biệt có các hành vi của ý, của lời nói, và của thân thể. Thêm nữa, trong kinh điển ta cũng thấy đề cập đến những hành vi tạo nghiệp là thuần thiện hay bất thiện, và các hành vi pha lẫn cả thiện và bất thiện. Tôi cảm thấy rằng đối với nhiều người trong chúng ta, những người đang tu tập theo

---

[1] Ba loại hành vi đề cập ở đây tạo thành ba loại nghiệp báo khác nhau, thường được kinh điển nhắc đến như là thiện nghiệp, bất thiện nghiệp và vô ký nghiệp. (ND)

[2] Loại hành vi tinh thần ở đây chỉ cho các ý tưởng, tư tưởng chưa biểu lộ ra hành động, chúng tạo thành ý nghiệp. Loại hành vi vật thể bao gồm các hành động cụ thể và lời nói, tạo thành thân nghiệp và khẩu nghiệp. (ND)

Chánh pháp, thì hầu hết các hành vi là sự pha lẫn cả thiện và bất thiện.

Nếu phân tích riêng rẽ một hành vi tạo nghiệp, ta có thể thấy được nhiều giai đoạn trong hành vi ấy. Có một giai đoạn khởi đầu, là giai đoạn phát khởi động lực hay tác ý; có giai đoạn thực sự diễn ra hành vi; và sau đó có giai đoạn đỉnh điểm hay sự hoàn tất hành vi. Trong kinh dạy rằng, cường độ và tác động của một hành vi tạo nghiệp biến đổi tùy theo cách thức diễn ra của mỗi một giai đoạn này.

Hãy lấy thí dụ về một hành vi bất thiện. Nếu trong giai đoạn phát khởi động lực, người thực hiện hành vi đó có một cảm xúc tiêu cực rất mạnh, chẳng hạn như là giận dữ, và rồi anh ta hành động trong cơn bốc đồng, thực hiện hành vi ấy, nhưng ngay sau đó liền cảm thấy hối tiếc sâu sắc về hành vi vừa làm, thì cả ba giai đoạn nói trên sẽ không hoàn tất trọn vẹn. Kết quả là hành vi bất thiện đó sẽ có tác động kém hơn so với trường hợp thực hiện trọn vẹn mọi giai đoạn - với một động lực mạnh mẽ, hành vi thực sự được thực hiện, và một cảm giác thoả mãn, hài lòng về hành vi đã làm. Tương tự, có thể có những trường hợp mà người ta có động cơ rất yếu ớt nhưng do tình thế bắt buộc phải thực hiện hành vi. Trong trường hợp này, mặc dù hành vi bất thiện đã thực hiện nhưng nó tác động thậm chí còn kém hơn so với thí dụ đầu tiên, vì không có

TẬP KHỔ ĐẾ (CHÂN LÝ VỀ NGUỒN GỐC KHỔ)

một động lực mạnh. Vì thế, tùy theo cường độ của động lực thúc đẩy hành vi, của hành vi thực sự diễn ra, và của sự hoàn tất hành vi mà nghiệp lực được tạo ra sẽ có những mức độ tương ứng.

Dựa trên những khác biệt cơ bản này, trong kinh điển bàn đến bốn loại hành vi: Hành vi được thực thi nhưng không tạo nghiệp,[1] hành vi có tạo nghiệp nhưng không thực thi,[2] hành vi được thực thi và tạo thành nghiệp,[3] hành vi không được thực hiện cũng không tạo thành nghiệp.[4] Điều quan trọng ở đây là phải hiểu được ý nghĩa của luận điểm trên và đánh giá đúng được rằng: vì mỗi một hành vi đều có những giai đoạn khác nhau, nên các hành vi tạo nghiệp tự chúng là một sự kết hợp và tính chất của chúng có thể được mô tả như là kết quả tích lũy của mỗi yếu tố trong sự kết hợp đó.

Một khi đánh giá đúng ý nghĩa này thì mỗi lần có cơ hội để thực hiện một hành vi tích cực, là một người tu tập Chánh pháp, điều quan trọng là bạn phải chắc chắn rằng trong giai đoạn khởi đầu, động cơ tích cực của bạn rất mạnh mẽ, và rằng bạn có một ý định kiên cường để thực hiện

---

[1] Tức những hành vi được thực hiện không có tác ý, vì thế không tạo thành nghiệp. (ND)

[2] Tức các hành vi tinh thần như đã nói ở trước. (ND)

[3] Ở đây bao gồm cả thiện nghiệp và bất thiện nghiệp. (ND)

[4] Tức các hành vi tinh thần (không được thực hiện) thuộc loại không tác

hành vi này. Sau đó, khi đã thật sự tiến hành hành vi, bạn phải chắc chắn là đã làm theo cách tốt nhất, và đã cố hết sức mình để đạt đến thành công. Khi hành vi đã thực hiện xong, điều quan trọng là phải nhớ hồi hướng thiện nghiệp đã được tạo ra về cho sự an lành của tất cả chúng sinh cũng như sự giác ngộ của chính bản thân mình. Nếu bạn có thể củng cố tâm nguyện hồi hướng đó bằng sự hiểu biết về tự tánh của thực tại, thì tâm nguyện đó hẳn sẽ càng thêm mạnh mẽ hơn.

Là những người tu tập Chánh pháp, lý tưởng nhất dĩ nhiên là ta phải cố tránh không làm bất cứ một hành vi bất thiện nào. Nhưng ngay cả khi ta chợt nhận ra mình thật sự đang ở trong tình huống phạm vào một hành vi bất thiện, điều quan trọng là phải giữ sao cho ít nhất thì động cơ thúc đẩy cũng không mạnh mẽ, và ta hoàn toàn không thực hiện với một cảm xúc mạnh. Sau đó, ngay cả trong lúc đang tiến hành hành vi ấy, nếu ta có một sự dằn vặt lương tâm mạnh mẽ và một cảm giác hối tiếc, ăn năn, thì tất nhiên là hành vi bất thiện đó sẽ rất yếu ớt. Cuối cùng, theo sau hành vi đó không nên có bất kỳ một cảm giác thoả mãn nào. Ta không nên vui sướng với bất kỳ hành vi bất thiện nào đã làm, mà tốt hơn nên có cảm giác ân hận, hối tiếc thật sâu sắc, và ngay sau đó ta nên gột sạch điều bất thiện ấy, nếu có thể. Nếu ta có thể làm được như vậy, có thể sống một nếp sống liên hệ các hành vi thiện và bất

TẬP KHỔ ĐẾ (CHÂN LÝ VỀ NGUỒN GỐC KHỔ)

thiện của mình theo phương thức này, thì ta sẽ có thể tuân theo các giáo huấn về nghiệp lực một cách hiệu quả hơn nhiều.

Mặc dù có nhiều loại hành vi bất thiện khác nhau, kinh điển Phật giáo tóm lại thành 10 điều gọi là *Thập bất thiện đạo*, hay *Thập ác nghiệp*. Trong đó, có ba điều thuộc về *thân*, bốn điều thuộc về lời nói (*khẩu*), và ba điều thuộc về *ý*. Ba hành vi bất thiện thuộc về thân là: giết hại, trộm cắp[1] và tà dâm;[2] bốn hành vi bất thiện thuộc về lời nói là nói dối, nói lời chia rẽ, nói lời ác nghiệt và nói lời thêu dệt, vô nghĩa; ba hành vi bất thiện thuộc về ý là tham lam, nuôi dưỡng những tư tưởng, ý định gây hại, và chấp giữ những quan niệm sai trái, tà kiến.[2] Một cách lý tưởng, nếu có thể được thì một người tu tập Chánh pháp nên sống theo cách tránh xa mọi hành vi bất thiện. Nếu không thể như vậy thì ít nhất cũng phải cố gắng hết sức để hạn chế tối đa những điều bất thiện. Theo cách hiểu của người Phật tử thì việc sống theo giới luật và tránh xa các hành vi bất thiện chính là nếp sống đạo đức.

---

[1] Khái niệm "trộm cắp" ở đây được hiểu theo nghĩa rộng, chỉ chung tất cả mọi hình thức chiếm đoạt tài sản khi không được sự cho phép của chủ sở hữu. (ND)

[2] Để có sự giải thích chi tiết và trọn vẹn hơn, xin xem thêm "Con đường đến tự do vô thượng" chương 7 "Nghiệp". Tác giả: Đạt-lai Lạt-ma. (http://www.thuvienhoasen.org/conduongdentudovothuong-07.htm).

Nghiệp và cá nhân

Một người thực hành Phật pháp thật sự bắt đầu nỗ lực sống đời đạo hạnh như thế nào? Khát vọng tối hậu của một con người là đạt tới sự giải thoát khỏi luân hồi; đạt được sự tự do tâm linh hay sự giác ngộ. Vì thế, một trong các nhiệm vụ chính yếu là phải chế ngự được mọi phiền não. Mặc dù vậy, một người tu tập trong giai đoạn khởi đầu không có cách nào để trực tiếp đối trị với những cảm xúc và tư tưởng tiêu cực, nên phương cách hợp lý để tiến hành là chỉ đơn giản tìm ra một phương pháp để ngăn chặn sự biểu lộ của các hành vi bất thiện qua thân, khẩu và ý. Vì vậy, bước đầu tiên là phải phòng hộ thân, khẩu, ý tránh xa các hành vi bất thiện, để không buông xuôi trước sức mạnh và sự thống trị của các ý tưởng, cảm xúc tiêu cực.

Một khi bạn đã hoàn tất giai đoạn đầu tiên này, bạn có thể tiến lên giai đoạn thứ nhì và giải quyết nguyên nhân cội rễ - đó là căn bản vô minh đã được nói tới trước đây. Ở giai đoạn này, bạn có thể trực tiếp chống lại các sức mạnh của phiền não. Khi đã làm được việc đó, thì giai đoạn thứ ba bao gồm không chỉ riêng việc chế ngự được phiền não, mà còn phải nhổ tận gốc mọi thiên hướng và dấu vết mà chúng để lại trong tâm ý. Đây chính là lý do vì sao ngài Thánh Thiên (*Āryadeva*) đã nói trong tác phẩm *Tứ bách kệ tụng về Trung*

TẬP KHỔ ĐẾ (CHÂN LÝ VỀ NGUỒN GỐC KHỔ)

quán tông rằng một khát vọng tinh thần chân chính trước hết phải chế ngự được các hành vi bất thiện, tiếp đó phải đối trị được mọi sự chấp ngã, và cuối cùng phải vượt trên tất cả các quan điểm trói buộc ta trong cõi luân hồi.[1]

Như đã thấy, Phật giáo giải thích cách thức mà cả môi trường lẫn các loài hữu tình sống trong môi trường đó được tạo ra như là một kết quả của căn bản vô minh, cụ thể là nghiệp lực sinh khởi từ vô minh. Tuy nhiên, chúng ta không nên nghĩ rằng vô minh tự nó sinh ra mọi thứ mà không có nguồn gốc. Thật ra không phải vậy. Nghiệp lực không giống như một nguyên nhân bất diệt. Ta cần nhận biết rằng, để nghiệp lực có thể vận hành và có tiềm năng tạo ra các hậu quả, nó cần phải dựa trên một nền tảng. Điều này dẫn đến sự tồn tại một dòng tương tục trong cả thế giới vật chất và thế giới tinh thần. Ta có thể truy nguyên dòng tương tục của thế giới vật chất cho tới sự khởi đầu của một vũ trụ cụ thể, và thậm chí có thể truy nguyên cả *"sự khởi đầu"* đó từ hư không. Phật giáo chấp nhận sự tồn tại của cái được biết như là *"không gian các hạt vật chất"*,[2] và tin chắc rằng có một giai đoạn trống

---

[1] Xem Chatuhshatakashastrakarika (Trung đạo Tứ bách kệ tụng) chương 8, kệ số 15.

[2] Trong phần trước cũng có nhắc đến việc hư không được thêm vào với tứ đại (đất, nước, gió, lửa). Như vậy, trong 5 yếu tố cấu thành vạn vật có cả yếu tố không gian. (ND)

không trong đó hàm chứa nguồn gốc của vũ trụ vật chất theo một nghĩa nào đó.[2] Trong trường hợp của thế giới tinh thần, ta không thể nói rằng dòng tương tục của thức trong các loài hữu tình là kết quả của nghiệp lực. Càng không thể nói rằng tiến trình nối tiếp vô tận của vật chất và tâm thức là kết quả của nghiệp lực.

Và nếu điều này là đúng, nếu dòng tương tục căn bản không được tạo thành bởi nghiệp lực, thì nghiệp nằm ở đâu? Nghiệp đóng vai trò tác nhân trong việc hình thành chúng sinh hữu tình và môi trường sống tự nhiên của họ ở điểm nào? Có lẽ ta có thể cho rằng có một tiến trình tự nhiên trong thế giới, và vào một thời điểm nào đó, khi sự tiến hóa đạt tới một giai đoạn có thể gây ảnh hưởng đến các kinh nghiệm của chúng sinh - làm sinh khởi các kinh nghiệm khổ đau hay vui thích, hạnh phúc. Chính ở điểm này mà nghiệp tham gia vào tiến trình. Dù sao thì tiến trình của nghiệp cũng chỉ có ý nghĩa trong mối quan hệ với kinh nghiệm của các loài hữu tình.

Cho nên, nếu hỏi rằng liệu tâm thức có được tạo ra bởi nghiệp hay không, hoặc là liệu các loài hữu tình có được tạo ra bởi nghiệp hay không, thì câu trả lời có lẽ là *"không"*. Nhưng mặt khác, nếu hỏi rằng liệu thân thể và ý thức của con người có được tạo ra bởi nghiệp hay không, thì câu trả lời là "có", vì cả hai điều này đều là kết quả của các

TẬP KHỔ ĐẾ (CHÂN LÝ VỀ NGUỒN GỐC KHỔ)

hành vi thiện.[1] Việc chấp nhận vai trò tạo tác của nghiệp ở đây là vì khi nói về thân thể và ý thức con người, ta đang chỉ đến một trạng thái hiện hữu liên quan trực tiếp với các kinh nghiệm đau đớn và sung sướng của một cá nhân. Cuối cùng, nếu hỏi rằng liệu cái bản năng tự nhiên tìm kiếm hạnh phúc và vượt qua khổ đau của chúng ta có được tạo ra bởi nghiệp hay không, thì câu trả lời có lẽ cũng là "không".

Nghiệp và thế giới tự nhiên

Bây giờ, khi chuyển sang với sự tiến hóa của thế giới vật lý nói chung, ta không thể nói rằng các tiến trình nhân quả tự nhiên được tạo ra bởi nghiệp. Tiến trình nhân quả trong thế giới tự nhiên diễn ra bất chấp nghiệp. Dù vậy, nghiệp cũng giữ một vai trò trong việc quyết định dạng thức của tiến trình hay chiều hướng của nó.

Ở đây, cũng nên nhắc đến một điều là, theo quan điểm phân tích của Phật giáo ta phân biệt hai lĩnh vực cứu xét. Một lĩnh vực có thể gọi là "tự nhiên", trong đó chỉ có tiến trình tự nhiên của các luật nhân quả vận hành, và lĩnh vực kia là khi xuất hiện những tính chất nhất định nào đó, tùy thuộc vào các tương tác nhân quả đã có.

---

[1] Mặc dù nhận thức những khổ đau trong kiếp người, Phật giáo vẫn cho rằng được sinh làm người là kết quả của các thiện nghiệp, vì đời sống con người có rất nhiều sự thuận lợi hơn cho việc tu tập Chánh pháp so với các loài hữu tình khác. (ND)

Dựa trên sự phân biệt này, ta thấy các đường lối lập luận khác nhau đã được vận dụng trong nỗ lực tìm hiểu bản chất của thế giới hay thực tại.

Thí dụ, trong phân tích Phật giáo ta vận dụng *Bốn nguyên lý của lập luận*.[1] Đầu tiên là *Nguyên lý về bản chất*. Sự thật là có các sự vật tồn tại, và rằng các nguyên nhân dẫn tới các hậu quả. Ta hầu như có thể nói rằng, nguyên lý này ngụ ý một sự *chấp nhận các quy luật tự nhiên*. Kế đó là *Nguyên lý về năng lực*. Nguyên lý này đề cập đến cách thức mà các sự vật có khả năng tạo ra những kết quả nào đó tùy theo bản chất của chúng. Thứ ba là *Nguyên lý phụ thuộc*: Dựa vào hai nguyên lý trên, ta thấy có một sự phụ thuộc tự nhiên giữa các sự vật và hiện tượng, giữa các nguyên nhân và kết quả. Trên cơ sở của ba nguyên lý này, phân tích biện giải Phật giáo áp dụng rất nhiều cách lập luận khác nhau để phát triển sâu rộng sự hiểu biết của chúng ta về thế giới tự nhiên. Do đó, chúng ta chấp nhận nguyên lý thứ tư là *Nguyên lý chứng minh hợp lý*. Dựa vào điều này thì điều kia chắc chắn phải như thế; và dựa vào điều kia thì điều này hẳn phải là như vậy.

---

[1] Xem phần phụ lục 2, dịch từ luận văn "Buddhist Reflections" (http://www.alanwallace.org/BuddhistRefls.pdf) trích trong tác phẩm Consciousness at the Crossroads: Conversations with the Dalai Lama on Brain Science and Buddhism. Snow Lion, Ithaca, New York, 1999. của B. Alan Wallace, Zara Houshmand, và Robert Livingston. (ND)

TẬP KHỔ ĐẾ (CHÂN LÝ VỀ NGUỒN GỐC KHỔ)

Với một người tu tập Phật pháp, điều quan trọng là phải chú trọng đến các nguyên lý này của thế giới tự nhiên, để từ đó vận dụng sự hiểu biết vào một nếp sống phù hợp với các nguyên tắc của Phật pháp. Do đó ta có thể nói rằng, khi sống phù hợp với Chánh pháp là ta đang áp dụng *Nguyên lý chứng minh hợp lý*, xét theo ý nghĩa cách sống tránh xa các hành vi bất thiện và phát triển các hành vi thiện.

Như đã đề cập trước đây, các vấn đề giờ đây ta phải cứu xét là: Ở điểm nào trong quá trình nhân quả thì nghiệp hiện hữu? Và bằng cách nào mà nghiệp tương tác với tiến trình của các luật nhân quả tự nhiên?

Có lẽ ta có thể vận dụng chính những kinh nghiệm cá nhân của mình để trả lời các câu hỏi trên. Chẳng hạn, kinh nghiệm chỉ ra rằng có những hành vi nào đó được ta thực hiện vào buổi sáng sẽ tiếp tục duy trì ảnh hưởng cho đến tận chiều tối. Hành vi này đã tạo ra một trạng thái nào đó của tâm thức. Nó sẽ để lại một dấu ấn trong cảm xúc và tri giác của chúng ta khi ở trong trạng thái đó, nên cho dù nó được thực hiện vào buổi sáng như một sự kiện đã kết thúc, nhưng ảnh hưởng của nó vẫn kéo dài trong tâm thức ta. Tôi nghĩ là cùng một nguyên lý như vậy đã vận hành nghiệp và các ảnh hưởng của nó, ngay cả trong trường hợp các ảnh hưởng lâu dài của nghiệp. Đây là cách để chúng ta hiểu rằng nghiệp có thể tạo ra các ảnh hưởng nhận biết được ngay cả một thời gian dài sau khi hành vi được thực hiện. Dĩ nhiên, theo cách giải thích của đạo Phật thì ảnh hưởng của nghiệp có thể được nhận biết qua nhiều kiếp sống nối tiếp nhau cũng như ngay trong đời sống hiện tại của chúng ta.

Ở điểm này, tôi cảm thấy cần phải bổ sung cho sự giải thích tổng quát về tiến trình nghiệp trong kinh điển Phật giáo[1] bằng các luận điểm của *Kim cương thừa* thì sự hiểu biết của ta mới được đầy đủ. *Kim cương thừa* giải thích rằng cả thế giới vật chất và thân xác của chúng sinh đều được cấu thành từ năm thành tố: đất, nước, lửa, gió và hư không. *Hư không* ở đây nên được hiểu theo nghĩa trống không, hay khoảng trống, hơn là theo ý nghĩa thuật ngữ chỉ sự không có chướng ngại. Kinh văn *Kim cương thừa* bàn đến các thành tố này trong ý nghĩa là các thành tố bên ngoài và các thành tố bên trong, và chỉ ra cách thức mà chúng quan hệ với nhau ở mức độ rất thâm diệu. Qua hiểu biết mối quan hệ này, sự thấu suốt của ta về cách thức mà nghiệp ảnh hưởng đến thế giới sẽ sâu sắc hơn nhiều.

Như đã bàn trước đây, sự hiện hữu của tâm thức là một sự thật tự nhiên. Tâm thức đang

---

[1] Xem chi tiết trong chương 3 và 4, A-tì-đạt-ma Câu-xá luận của *Bồ Tát* Thế Thân (Vasubandhu).

TẬP KHỔ ĐẾ (CHÂN LÝ VỀ NGUỒN GỐC KHỔ)

hiện hữu; chỉ có vậy thôi. Tương tự, dòng tương tục của thức cũng là một nguyên lý tự nhiên: tâm thức duy trì sự tương tục của nó. Về điểm này ta cần phải nói thêm rằng, trong Phật giáo có sự nhận hiểu rằng tâm thức không thể hoàn toàn tự nó sinh khởi hay không có một nguyên nhân; nhưng đồng thời tâm thức cũng không thể sinh ra từ vật chất. Điều này không có nghĩa là vật chất không thể ảnh hưởng tới tâm thức. Tuy nhiên, bản chất của tâm thức là sáng tỏ thuần khiết, là kinh nghiệm thuần túy; nó là năng lực nhận biết nguyên sơ, và do đó không thể sinh ra từ vật chất vốn có bản chất khác với nó. Theo đó, vì ý thức không thể sinh khởi không có nguyên nhân và vì nó không thể sinh khởi từ một nguyên nhân vật chất, nên nó phải sinh khởi từ một dòng tương tục không dứt. Chính dựa trên tiền đề này mà Phật giáo chấp nhận là thật có những kiếp sống trước đây (khởi đầu từ vô thủy).[1]

Ta đã thấy rằng nguồn gốc của đau khổ là *nghiệp* và *vô minh*, nhưng *vô minh* mới thật sự là nguồn gốc chính.

---

[1] Xem thảo luận chi tiết hơn về đề tài này của đức Dalai Lama trong cuộc đối thoại với David Bohm trong sách "Dialogues with Scientists and Sages: The search for Unity", Renée Weber biên tập, Routledge và Kegan Paul, London, 1986.

TỨ DIỆU ĐẾ

Nghiệp và cảm xúc

Mỗi trường phái Phật giáo hiểu về bản chất của phiền não (*kleśa*) theo cách khác nhau, tùy theo sự diễn dịch của họ về học thuyết *vô ngã* (*anātman*), hay lý thuyết "*phi linh hồn*". Thí dụ, đối với một số trạng thái tâm thức và những ý tưởng, cảm xúc nhất định, trong khi các trường phái *Trung quán Y tự khởi* (*Mādhyamika-Svātantrika*)[1] và *Duy thức* (*Cittamātravāda*) xem là không ảo tưởng thì theo quan điểm của trường phái *Trung quán cụ duyên* (*Mādhyamika-Prāsaṅgika*) lại xem là ảo tưởng. Dĩ nhiên, đây là một vấn đề rất phức tạp và đòi hỏi nhiều nghiên cứu.

Điều quan trọng nhất cần phải biết là: cảm xúc gây phiền não chính là kẻ thù lớn nhất của ta và là nguồn gốc của khổ đau. Một khi nó phát triển trong tâm thức, nó sẽ lập tức phá hủy sự bình an của tâm thức ta, và cuối cùng sẽ hủy hoại sức khoẻ ta, cho đến ngay cả các mối quan hệ thân thiết của ta với người khác. Tất cả những hành vi bất thiện như giết hại, áp bức, lừa đảo... đều phát sinh từ các cảm xúc gây phiền não. Vì thế, nó chính là kẻ thù thật sự của chúng ta.

Một kẻ thù từ bên ngoài làm hại bạn hôm nay nhưng ngày mai có thể trở nên rất sẵn lòng

---

[1] Trung quán Y tự khởi (*Svatāntrika*) đôi khi cũng được dịch là Độc lập biện chứng phái hay Tự lập luận chứng phái. (ND)

TẬP KHỔ ĐẾ (CHÂN LÝ VỀ NGUỒN GỐC KHỔ)

giúp bạn. Trong khi đó, kẻ thù nội tâm thì mãi mãi gây hại. Hơn thế nữa, dù bạn sống ở bất cứ nơi đâu thì kẻ thù bên trong vẫn luôn có mặt với bạn, và chính điều này làm cho kẻ thù bên trong trở nên rất nguy hiểm. Ngược lại, ta thường có thể giữ một khoảng cách nào đó với kẻ thù bên ngoài. Chẳng hạn, vào năm 1959 chúng tôi đã đào thoát khỏi Tây Tạng vì hành vi cụ thể này là có thể thực hiện; nhưng với trường hợp kẻ thù là cảm xúc phiền não bên trong thì dù tôi ở Tây Tạng, ở điện *Potala*, ở *Dharamsala* hay ở Luân Đôn này, bất cứ nơi nào tôi đi đến nó cũng đều theo tôi. Tôi cho rằng kẻ thù bên trong hiện diện ngay cả trong lúc tôi thiền định; và ngay cả nếu như tôi quán tưởng hình ảnh một *mạn-đà-la*,[1] có lẽ tôi vẫn thấy kẻ thù này ngay nơi trung tâm của hình ảnh đó! Bởi vậy, đây là điểm chính yếu mà ta phải nhận thức được: Nguyên nhân thật sự hủy hoại hạnh phúc của ta luôn hiện hữu ngay bên trong ta!

Vậy ta có thể làm được gì? Nếu như không thể làm gì được với kẻ thù đó và không thể loại trừ nó, thì tốt hơn là chúng ta hãy quên đi con đường tu tập và chỉ nhờ vào những thứ như rượu chè, sắc dục... để làm cho cuộc sống của mình được khá hơn! Tuy nhiên, nếu việc loại trừ kẻ thù cảm xúc phiền não bên trong là *có thể làm được*, thì tôi nghĩ rằng ta nên nắm lấy cơ hội đang có được một thân người, một khối óc và trái tim tốt đẹp, kết hợp tất cả các sức mạnh này để làm giảm bớt và cuối cùng là nhổ tận gốc rễ của cảm xúc phiền não. Đây là lý do tại sao đạo Phật dạy rằng cuộc sống con người được xem là vô cùng quý báu; vì chỉ có được làm người thì một chúng sinh mới có khả năng rèn luyện và chuyển hóa tâm thức, chủ yếu nhờ vào trí tuệ và lý luận.

Phật giáo phân biệt hai loại cảm xúc. Một loại không hợp lý, và chỉ dựa trên *tập khí*.[1] Lòng căm thù là một trong các cảm xúc loại này. Tất nhiên là loại cảm xúc này có dựa trên những lý lẽ nông cạn, như là "*người này đã xúc phạm tôi kinh khủng...*" Nhưng đi sâu vào nội tâm, nếu bạn truy cứu lý do đó xa hơn nữa, bạn sẽ thấy rằng nó không thể đi quá xa. Các cảm xúc không có lý do chính đáng được gọi là cảm xúc tiêu cực. Loại cảm xúc còn lại là cảm xúc hợp lý; vì qua sự quán chiếu sâu sắc bạn có thể chứng minh là nó tốt đẹp, cần thiết, và hữu ích. Trong số các cảm xúc này có tâm từ bi và lòng vị tha. Hơn nữa, mặc dù về bản chất thì đây là một loại cảm xúc, nhưng thật ra nó lại tương hợp với lý luận và trí

---

[1] Tập khí, dịch từ Phạn ngữ là: *vāsanā*, chỉ những thói quen, cách ứng xử được huân tập từ lâu ngày, hoặc thậm chí là lâu đời, tạo thành những khuynh hướng nhất định thúc giục ta luôn hành động theo cách phù hợp với khuynh hướng đó. Tập khí được huân tập ngay trong đời sống hiện tại gọi là "biệt tập khí", chẳng hạn như một người sống trong quyền thế lâu ngày dễ có thói quen xem thường người khác và tự cao, ngã mạn... Tập khí sâu xa và vi tế hơn, được huân tập từ nhiều kiếp sống trước đây được gọi là "thông tập khí". (ND)

TẬP KHỔ ĐẾ (CHÂN LÝ VỀ NGUỒN GỐC KHỔ)

tuệ. Trong thực tế, chính nhờ sự kết hợp trí tuệ với cảm xúc (loại này) mà ta mới có thể thay đổi và chuyển hóa thế giới nội tâm của mình.

Khi kẻ thù cảm xúc tiêu cực vẫn còn trong ta, và ta vẫn còn chịu sự chi phối của nó, thì không thể có hạnh phúc lâu dài! Hiểu được sự cần thiết phải chiến thắng kẻ thù này là một nhận thức chân thật, và việc phát khởi sự khao khát mãnh liệt muốn vượt qua các cảm xúc tiêu cực chính là nguyện vọng vươn tới sự giải thoát, mà thuật ngữ Phật giáo gọi là *xuất thế*. Do đó, việc thực hành phân tích các cảm xúc và thế giới nội tâm là rất thiết yếu.

Trong kinh dạy rằng, lòng mong cầu vượt qua cấp độ đầu tiên của đau khổ, tức là "*khổ vì đau khổ*"[1] thì ngay cả loài vật cũng có được một cách tự nhiên; còn khát vọng tự mình thoát ra khỏi cấp độ thứ hai của đau khổ, tức là "*khổ vì sự thay đổi*", cũng không phải là điều chỉ có riêng trong đạo Phật. Nhiều tôn giáo khác thời cổ Ấn Độ cũng tương tự như thế, đã tìm kiếm sự tĩnh lặng nội tâm bằng việc tu định.[2] Tuy nhiên, sự khao

---

[1] Thường gọi là "khổ khổ". Xem lại phần nói về ba loại khổ. (ND)

[2] Định: dịch từ nguyên ngữ *samādhi* trong tiếng Phạn. Cũng phiên âm là tam-muội hay tam-ma-đề. Ở đây chỉ trạng thái tập trung tâm ý. Khái niệm tam - muội hay định trong Phật giáo được hiểu rộng hơn vì hướng đến một trạng thái định có chủ đích, và thường được sử dụng như một phương tiện kết hợp với các pháp tu khác, nên gọi đủ là chánh định. (ND)

khát thật sự hướng đến giải thoát hoàn toàn khỏi luân hồi chỉ có thể sinh khởi từ sự nhận biết được cấp độ thứ ba của đau khổ, tức là *"phiền não do duyên sinh"*. Khi ấy ta mới nhận biết được rằng: khi còn chịu sự chi phối của vô minh thì vẫn còn phải chịu đựng khổ đau, và sẽ không thể có niềm vui, hạnh phúc lâu bền. Có thể nói rằng, sự nhận biết được cấp độ thứ ba của đau khổ là điều chỉ có duy nhất trong đạo Phật.

HỎI ĐÁP

Hỏi: *Xin Ngài giải thích vì sao nghiệp quả đôi khi xảy ra tức thì, và có khi phải trải qua nhiều đời mới xảy ra?*

HHDL: Một nguyên nhân có thể tính đến là cường độ của chính hành vi tạo nghiệp. Một nguyên nhân khác nữa là mức độ hoàn tất của rất nhiều điều kiện khác cần thiết cho sự chín muồi của nghiệp quả, và điều đó đến lượt nó lại phụ thuộc vào những hành vi tạo nghiệp khác. Ngài Thế Thân (*Vasubandhu*) có đề cập đến vấn đề này trong *A-tì-đạt-ma Câu-xá* (*Abhidharmakośa-śāstra*).[1] Trong đó ngài cho rằng, nói chung thì các hành vi tạo nghiệp nào mãnh liệt nhất sẽ có khuynh hướng tạo thành nghiệp quả trước nhất. Nếu hai hành vi tạo nghiệp có cường độ

---

[1] Xem thêm tác phẩm A-tì-đạt-ma Câu-xá luận, bản dịch của Tuệ Sĩ (http://www.phatviet.com/dichtht/luan/ln01/cxl.htm).

TẬP KHỔ ĐẾ (CHÂN LÝ VỀ NGUỒN GỐC KHỔ)

tương đương nhau thì nghiệp quả của hành vi nào quen thuộc hơn với người tạo nghiệp sẽ có khuynh hướng chín muồi trước. Tuy nhiên, nếu hai hành vi tạo nghiệp có cường độ và sự quen thuộc như nhau thì hành vi nào thực hiện trước sẽ có khuynh hướng kết quả trước.

Hỏi: *Về mặt nghiệp quả, có sự khác biệt nào giữa ý tưởng và hành động hay không? Nói cách khác, một ý tưởng có thể nào tạo ra một hành động hoặc ngược lại hay không?*

HHDL: Như tôi đã giải thích, khái niệm *nghiệp* của Phật giáo không chỉ giới hạn trong hành vi thực hiện bởi thân thể,[1] mà bao gồm cả các hành vi tinh thần, hay ta có thể gọi là hành vi cảm xúc. Chẳng hạn, khi nói đến một hành vi tham lam, hay một ý định gây hại, những điều này không nhất thiết phải được biểu lộ thành hành động. Người ta có thể suy nghĩ những sự việc như thế một cách trọn vẹn và chi tiết mà hoàn toàn không có sự biểu lộ thành hành động, cho nên quả thật có một sự hoàn tất nhất định của các hành vi này xảy ra trong mức độ tinh thần.[2]

Thêm nữa, có một số loại hành vi nhất định không cần thiết phải có một động cơ hay tác ý ngay lúc đó, mà do sự quy định từ các hành vi

---

[1] Tức là thân nghiệp. (ND)
[2] Tức là ý nghiệp. (ND)

tạo nghiệp trong quá khứ, người ta có thể có một khuynh hướng hành động theo một cách thức nào đó. Điều này có nghĩa là, một số hành vi có thể khởi lên không do động cơ thúc đẩy, mà là do các khuynh hướng nghiệp lực.[1]

---

[1] Xin đọc thêm tài liệu "Phân loại nghiệp" của tác giả Lâm Như Tạng (http://www.tongiao.com/phanloainghiep-tiensilamnhutang.htm)) (ND)

CHƯƠNG IV: DIỆT KHỔ ĐẾ (CHÂN LÝ VỀ DIỆT KHỔ)

Chân lý thứ ba là *Chân lý về diệt khổ*. Những vấn đề mấu chốt mà ta phải tự hỏi về việc này là: *Niết-bàn*[1] là gì? Giải thoát hay *mokṣa* là gì?[2] Khi ta nói đến *diệt* hay *nirodha*[3] thì có ý nghĩa gì? Và thật sự có thể đạt tới trạng thái diệt khổ hay không?

Nếu nói ta phải chấp nhận rằng sự giải thoát là có thể đạt được vì đức Phật có dạy điều này trong kinh điển, thì tôi không nghĩ đó là câu trả lời thỏa đáng. Có thể là hữu ích khi ta xét đến một quan điểm mà ngài Thánh Thiên (*Āryadeva*) đưa ra trong *Trung đạo Tứ bách kệ tụng*. Ngài luận rằng, khi ta nói về bản chất tuyệt đối của thực tại, hay *tính không*, ta phải nhận thức rằng việc thấu hiểu về *tính không* không phải là điều phải dựa vào sự tin cậy nơi kinh điển.[4] Ta có thể đạt được sự thấu hiểu đó thông qua sự phân tích biện giải và lập luận.

---

[1] Thuật ngữ Niết-bàn (涅槃) được phiên âm từ Phạn ngữ, trong tiếng Sanskrit là *nirvāṇa* và tiếng *Pāli* là *nibbāna*, nên cũng nói đủ là Niết-bàn-na (涅槃那), có thể dịch nghĩa là tịch diệt hay tịch tĩnh. Nhưng vì khái niệm Niết-bàn là rất rộng và được hiểu có phần khác nhau ở mỗi trường phái, nên hầu hết các kinh văn trong Hán tạng đều hạn chế việc dịch nghĩa từ này mà chỉ dùng trực tiếp cách phiên âm là Niết-bàn. (ND)

Phật giáo tin rằng có một loại hiện tượng hiển nhiên đối với ta và có thể được nhận biết một cách trực tiếp, nên không cần phải có bất kỳ một chứng cứ hợp lý nào về sự tồn tại của chúng.[1] Loại hiện tượng thứ nhì có thể không hiển nhiên với chúng ta, nhưng ta có thể suy biết sự tồn tại của chúng thông qua một tiến trình lập luận.[2] Hiện tượng này được biết như là "hiện tượng hơi khó nhận biết". *Tính không* thuộc về loại hiện tượng này.

Vì có thể suy biết được chân lý về *tính không*, nên ta phải chấp nhận rằng sự giải thoát cũng có thể suy biết được thông qua tiến trình lập luận. Nói như ngài Long Thụ (*Nāgārjuna*) là, sự hiểu biết chân thật về giải thoát phải dựa trên một hiểu biết về *tính không*, bởi vì giải thoát không phải gì khác hơn là sự loại bỏ hoàn toàn, hay chấm dứt hoàn toàn, của ảo tưởng và đau khổ, thông qua sự thấu triệt *tính không*. Khái niệm *giải thoát* do đó quan hệ rất chặt chẽ với khái niệm *tính không*, và cũng giống như *tính không* có thể suy biết được, sự giải thoát hay *mokṣa* cũng có thể suy biết được.

---

[1] Thuật ngữ Phật giáo gọi loại hiện tượng này là hiện lượng. (ND)

[2] Loại hiện tượng này được gọi là tỷ lượng. Xem thêm các tài liệu về trí tuệ như trong các bài giảng "Phật học Phổ thông" của Hòa thượng Thích Thiện Hoa (http://www.thuvienhoasen.org/phathocphothong-04-08B.htm). (ND)

TẬP KHỔ ĐẾ (CHÂN LÝ VỀ NGUỒN GỐC KHỔ)

Do mối quan hệ chặt chẽ giữa *tính không* và sự *giải thoát* trong Phật giáo, nên phần nói về *Chân lý thứ ba* trong *Hiện quán trang nghiêm luận*[1] của đức *Di-lặc* (*Maitreya*) có đoạn bàn rất rộng về 16 loại *tính không*. Sự thật rằng giải thoát là một chân lý tuyệt đối (và do đó liên hệ với *tính không*) cũng được bàn đến rất kỹ trong các tác phẩm của ngài *Nguyệt Xứng*. Như vậy, dường như sự chấp nhận khả năng đạt đến giải thoát là một đáp ứng cho thấy sự hiểu biết về khái niệm *tính không* của chúng ta sâu đến mức độ nào.

TÍNH KHÔNG

Bốn diễn dịch về Vô ngã hay về Tính không

Khi nói về *tính không* trong Phật giáo, rõ ràng ta đang nói tới sự vắng mặt của một điều gì đó, tức là một dạng phủ định. Tương tự, lý thuyết *vô ngã* cũng là một dạng phủ định. Tại sao phải nhấn mạnh nhiều lần vào sự phủ định tuyệt đối như vậy? Một lần nữa, chúng ta hãy tạm dừng đây trong chốc lát và cứu xét kinh nghiệm của mình.

Giả sử tôi có một nỗi sợ hãi nào đó xuất phát từ sự hoài nghi rằng đang có một đe dọa nào đó

---

[1] Tên Phạn ngữ của bộ luận này là *Abhisamayālaṃkāra-śāstra*. (ND)

gần kề. Nếu tôi chợt nghĩ rằng có lẽ mình đã nhầm lẫn, rằng đó có thể chỉ là sự phóng đại, thì dẫu cho sự sợ hãi của tôi có giảm bớt nhưng sẽ không hoàn toàn bị xua tan. Nhưng nếu thay vì vậy, tôi lại nảy sinh ý nghĩ rằng điều đó dứt khoát chỉ hoàn toàn là ảo giác, rằng không có bất cứ điều gì ở đó cả và tôi chỉ tưởng tượng ra nó, và nếu sự phủ nhận của tôi là tuyệt đối đến thế thì dĩ nhiên nó sẽ có một tác động tức thì xua tan đi nỗi sợ hãi của tôi. Câu hỏi ở đây là: nếu sự thật đúng như vậy thì điều gì thật sự bị phủ nhận? Cái gì là sự trống không của cái gì?

Dựa theo kinh điển thì sự trống không trong thí dụ này là sự vắng mặt đối tượng của sự phủ định, mà trong trường hợp này là đối tượng của sự sợ hãi. Tuy nhiên, điều này không giải thích trọn vẹn các sự việc, nên ta phải tiến xa hơn nữa và cố gắng để hiểu được đối tượng của sự phủ định thật ra là gì. Điểm then chốt của vấn đề này thật sự nằm ở cách hiểu của chúng ta về ý nghĩa của *atman* (*tự ngã*) trong bối cảnh *anātman* (*vô ngã*). Tùy theo sự diễn dịch về mặt triết lý của mỗi người đối với giáo pháp *vô ngã* của đức Phật, sẽ có những khác biệt trong cách xác định điều gì bị phủ nhận ở đây.

Kinh điển Phật giáo trình bày rất nhiều mức độ vi tế khác nhau trong việc nhận diện *tự ngã* như là một đối tượng của phủ định. Chẳng hạn, trên một cấp độ thì *tự ngã* được nhận diện như

TẬP KHỔ ĐẾ (CHÂN LÝ VỀ NGUỒN GỐC KHỔ)

là một *tự thể* có thật,[1] một linh hồn tồn tại trong mỗi chúng ta, và như vậy, trong bối cảnh này thì *vô ngã* có nghĩa là sự phủ nhận một tự thể có thật và tồn tại độc lập, hay linh hồn vĩnh cửu.

Kế đó, ta có sự diễn dịch của trường phái *Duy thức* (*Cittamātravāda*). Phái này hiểu về *căn bản vô minh* không phải là sự tin vào linh hồn có thật và vĩnh cửu, mà là tin vào sự có thật của thế giới vật chất. Do đó, những người theo phái này hiểu về *căn bản vô minh* như là sự tin nhận (sai lầm) vào tính nhị nguyên của tâm thức và vật chất, cho nên đối tượng bị phủ định bởi *vô ngã* chính là sự tin nhận này.

Thứ ba là cách hiểu của trường phái *Trung quán Y tự khởi* (*Mādhyamika-Svātantrika*) về *tính không*. Theo phái này thì cho dù mọi sự vật hiện hữu như là kết quả của các nhân duyên, và cho dù trạng thái của mọi sự vật đang hiện hữu xét theo một nghĩa nào đó là phụ thuộc vào sự nhận thức của chúng ta, thế nhưng sự vật và hiện tượng vẫn có một *tính chất tự hữu*[2] nhất định. Theo trường phái này thì điều bị phủ định

---

[1] Đây là quan điểm cụ thể của các trường phái Thanh văn, đặc biệt là của Tì-bà-sa luận bộ hay Nhất thiết hữu bộ, và Kinh lượng bộ.

[2] Tự hữu: chỉ tính chất thật có, tự tồn tại của sự vật. Khi được soi chiếu dưới ánh sáng của nguyên lý duyên khởi thì không một sự vật nào thật có tính chất này, vì chúng luôn phụ thuộc lẫn nhau để tồn tại. (ND)

là sự cố chấp rằng các đối tượng tồn tại độc lập với nhận thức, và chính nhận thức này đã tạo nên cách hiểu của họ về *tính không*.

Tuy nhiên, theo quan điểm của trường phái *Trung quán Cụ duyên* (*Mādhyamika-Prāsaṅgika*) thì đó không phải là ý nghĩa rốt ráo Phật dạy về *vô ngã*. Theo quan điểm này, khi ta chưa xóa bỏ hoàn toàn ý kiến cho rằng sự vật và hiện tượng có thể có một kiểu *tính chất tự hữu* bất kỳ nào đó, thì ta vẫn còn nắm bắt sự vật *như là có thật*, như thể là chúng có một kiểu trạng thái không phụ thuộc nào đó. Do đó, phái này phủ nhận sự tồn tại tính tự hữu và cá biệt của sự vật và hiện tượng, và cho rằng đây mới là ý nghĩa chân thật của *tính không*.

Bất chấp những sự khác biệt này, điểm chung của cả bốn trường phái trên là quan tâm nhấn mạnh rằng, trong khi tiến hành một cách đúng đắn việc đối trị với sự *chấp ngã*, thì điểm quan trọng là phải chắc chắn rằng sự phủ định của ta không đi ngược lại với thực tế của thế giới theo *tục đế*,[1] thế giới của kinh nghiệm sống. Và trong tiến trình này, các trường phái đều hiểu giống như nhau rằng không nên phủ nhận quan hệ nhân quả và sự vận hành của nghiệp. Về điểm này, dường như phương pháp của phái *Trung quán Cụ duyên* là thành công nhất, ở điểm là họ sử dụng một cách phân tích cho phép phủ nhận *bản ngã* một cách hoàn toàn và triệt để, trong

TẬP KHỔ ĐẾ (CHÂN LÝ VỀ NGUỒN GỐC KHỔ)

khi vẫn chắc chắn là thế giới của duyên khởi và nghiệp không bị hủy hoại, ngược lại còn được tái khẳng định.

TRUNG ĐẠO

Có một đoạn văn rất quan trọng trong *Căn bản Trung quán luận tụng* (*Mūlamadhyamaka-śāstra-kārikā*) của ngài *Long Thụ*[1] viết rằng: "Sự vật nào có nguồn gốc phụ thuộc,[2] tôi gọi là *không*. Và rồi sự vật đó lại được định danh một cách phụ thuộc." Theo ý này thì, bất cứ sự vật nào được sinh khởi một cách phụ thuộc đều là trống không trong ý nghĩa rốt ráo, và những gì ta định danh, một cách phụ thuộc, không phải gì khác hơn là hiện tượng trống không. Việc các sự vật và hiện tượng được *định danh một cách phụ thuộc* hàm ý rằng chúng không phải là không hiện hữu, không phải là sự trống không hoàn toàn. Vì thế, khi sự hiểu biết về *duyên khởi* được kết hợp với hiểu biết về *tính không*, ta thấy rằng điều này sẽ mở ra khả năng đi trên con đường *Trung đạo*. Gọi tên như vậy là vì con đường này tránh được những cực đoan của *chủ nghĩa tuyệt đối* và *chủ nghĩa hư vô*.

---

[1] Chương 24, bài kệ thứ 18.

[2] Tức là được sinh khởi một cách phụ thuộc vào các nhân duyên khác. (ND)

Cho nên, cách diễn đạt "*được định danh một cách phụ thuộc*" của phái *Trung quán* có một ý nghĩa sâu sắc. Cụm từ "*một cách phụ thuộc*" hàm ý rằng sự vật và hiện tượng được hiện hữu thông qua sự phụ thuộc vào những nhân tố khác, tức là chúng không có sự độc lập, tự tồn, hay tồn tại tuyệt đối. Vì thế, ý nghĩa này phủ nhận *chủ nghĩa tuyệt đối*. Cụm từ "*được định danh*" hàm ý rằng các sự vật và hiện tượng không chỉ là sự trống không hoàn toàn, không phải là không tồn tại - chúng quả thật là *có tồn tại*. Do đó, ý nghĩa này xác quyết rằng hiện thực của thế giới hiện tượng không bị phủ nhận. Ngài *Phật Hộ* trong *Căn bản Trung luận chú*[1] có lập luận rằng: Nếu các sự vật và hiện tượng có một trạng thái tồn tại độc lập, và hình thành mà không phụ thuộc vào các nhân tố khác, thì tại sao các sự định danh của chúng lại phụ thuộc và tương quan với nhau?

Liên quan đến điểm này, nhiều nhà vật lý từng nói với tôi rằng họ bắt đầu gặp phải những vấn đề khi đưa ra giả định một ý niệm

---

[1] Phật Hộ (Buddhapālita): luận sư danh tiếng người Ấn Độ, là người khai sáng Quy mậu luận chứng phái, niên đại được phỏng chừng trong khoảng năm 470 đến 540. Ngài là đệ tử của ngài Long Hữu, sau theo học giáo lý Trung quán của ngài Long Thụ đạt đến chỗ uyên áo. Ngài với ngài Trần-na và là một môn đệ kiệt xuất. Ngài đã biên soạn bộ sách chú giải cho tập luận của ngài Trần-na là Tập lượng luận. Cuốn sách chú giải này cũng được gọi là Thích lượng luận, Lượng bình thích luận hay Lượng thích luận, hiện vẫn còn giữ được cả bản Phạn văn và Tạng văn. (ND)

TẬP KHỔ ĐẾ (CHÂN LÝ VỀ NGUỒN GỐC KHỔ)

về thực tại phù hợp với hiểu biết lượng tử về thế giới vật lý - ngay cả chỉ là một khái niệm, thì thực tại đã là một nan đề.² Đối với tôi, điều này chỉ ra sự khó khăn để tìm kiếm các thực tính khi ta nhìn vào bản chất của sự vật. Mặc dù vậy, nếu ta chuyển sang một cực đoan khác và cho rằng vạn vật chỉ là toàn là ảo tưởng, chỉ thuần là hình dung hóa của tâm thức, thì ta sẽ rơi vào cái bẫy mà các nhà *Duy thức* đã rơi vào, tức là quan điểm cho rằng tất cả chỉ hoàn toàn là thức tâm.

Vậy nếu như sự vật không có thật tính tự hữu, nhưng đồng thời chúng ta cũng không hài lòng với kết luận rằng mọi sự vật chỉ là *hình dung hóa* của tâm thức, thì thay vào đó phải là gì? Con đường ở giữa hai quan điểm đó là gì? Câu trả lời của *Trung quán* (*Mādhyamika*) là: Các sự vật và hiện tượng khởi lên chỉ hoàn toàn là kết quả sự kết hợp của nhiều nhân tố, và sự tồn tại của chúng theo ước lệ¹ phát sinh từ đặc tính mà ta gán ghép cho mỗi sự kết hợp đó.

Về sự diễn bày học thuyết *tính không* của Phật giáo nói chung, ta thấy có nhiều cách lập luận được trình bày trong kinh luận, đều nhằm dẫn tới một sự hiểu biết về *tính không*. Trong tất cả những cách lập luận này, cách lập luận dựa trên sự hiểu biết về duyên khởi được xem là hiệu quả nhất. Để phát triển sự hiểu biết sâu sắc nhất

---
¹Tức là xét trong thế giới nhận thức theo tục đế. (ND)

về ý nghĩa của duyên khởi, tôi cho rằng những trước tác của các ngài *Phật Hộ* và *Nguyệt Xứng* là rất quan trọng. Phần lớn hiểu biết của tôi, và do đó dẫn đến hầu hết những gì tôi trình bày ở đây, được dựa trên sự giảng giải của ngài *Lạt-ma Tsongkhapa* (*Tông-khách-ba*) về các đề tài này, mà những giảng giải đó lại dựa rất nhiều trên các luận giải về ngài Long Thụ (*Nāgārjuna*)[1] của hai ngài *Nguyệt Xứng* và *Phật Hộ*, đến mức gần như ngài *Tsongkhapa* đã chứng minh hầu hết mọi luận điểm quan trọng bằng cách trích dẫn các chú giải của hai vị luận sư vĩ đại này.

Khi nghiên cứu *Căn bản Trung quán luận* của ngài *Long Thụ*, tôi đã kết hợp chương 23 bàn về *Thập nhị nhân duyên* với chương 18 bàn về *Vô ngã*. Chương 18 chỉ ra cách thức mà tiến trình của sự bám chấp vào thuyết thường hằng, hay một linh hồn chắc chắn thực hữu, trói buộc ta trong đời sống không giác ngộ. Thêm nữa, chương này cũng cho thấy việc phủ nhận thuyết tự ngã và trừ bỏ sự bám chấp đó sẽ dẫn tới giải thoát như thế nào. Điểm chính là nhấn mạnh tầm quan trọng của việc đạt tới sự thấu triệt *tính không*.

Sau đó, tôi kết nối sự nghiên cứu hai chương này với chương 24, trong đó ngài *Long Thụ* đã

---

[1] Ở đây chỉ học thuyết Trung quán được ngài Long Thụ trình bày trong bộ Trung luận.

TẬP KHỔ ĐẾ (CHÂN LÝ VỀ NGUỒN GỐC KHỔ)

lường trước một số điểm phản bác có thể được nêu ra bởi những trường phái Phật giáo *Duy thật*. Cốt lõi của những điểm phản bác đó có thể được tóm lại như sau: Nếu không có thực tại tự hữu, và nếu mọi sự vật và hiện tượng đều không có tự tính thực hữu và tự tính cá biệt, thì sẽ không có gì cả. Từ đó suy ra là không thể có *Tứ diệu đế*; nếu không có *Tứ diệu đế* thì không có *Tam bảo*; nếu không có *Tam bảo* thì không thể có *Chánh đạo* đưa đến chứng ngộ. Ngài *Long Thụ* đáp lại bằng cách dùng chính luận điểm phản bác của các nhà *Duy thật* để chống lại họ. Ngài nói rằng, ngược lại, nếu sự vật quả thật tồn tại một cách tự hữu thì những suy diễn của các nhà *Duy thật* đối với lập luận của Ngài cũng sẽ đúng với các luận điểm của họ. Có nghĩa là, nếu các sự vật là *có tự tính tự hữu* thì chẳng cần dùng đến *Tứ diệu đế*, và các nguyên nhân cũng không thể tạo ra kết quả. Do đó, ý nghĩa trọng tâm của chương 24 này là cho thấy những gì ngài Long Thụ muốn nói về *tính không* không phải chỉ là một sự trống không thuần túy, hay phủ nhận hoàn toàn sự tồn tại. *Tính không* nên được hiểu trong ý nghĩa là bản chất phụ thuộc lẫn nhau của thực tại: *Chính vì có nguồn gốc duyên khởi mà sự vật hoàn toàn không có sự tồn tại độc lập.*

Một đại sư Tây Tạng ở *Amdo* là *Lodrō Gyatso* đã ghi lại được điểm quan trọng này trong một bài kệ rất hay.[1] Ngài nói rằng, *tính không* trong ngữ cảnh này không có nghĩa là không có tính năng. Vậy nó có nghĩa gì? Đó là nói không có sự hiện hữu chân thật hay tuyệt đối. Giáo lý duyên khởi không liên quan đến thực tại tự hữu hay tự tính cá biệt, nhưng điều nó thực sự gắn liền là thế giới hiện tượng như ảo hóa này. Vì thế, khi hiểu được ý nghĩa của cả *tính không* lẫn giáo lý duyên khởi, bạn sẽ có thể đồng thời thừa nhận cả *tính không* và những gì được nhìn thấy trong cùng một phạm vi mà vẫn không có gì mâu thuẫn.

Hơn thế nữa, vị đại sư này còn thêm rằng, tất cả các trường phái triết học đều mô tả quan điểm của họ là tránh khỏi cực biên của chủ nghĩa tuyệt đối bằng cách đề cập tới một dạng *tính không* nào đó; và tránh khỏi cực biên kia của chủ nghĩa hư vô bằng cách nói về cấp độ của thế giới hiện tượng. Dù vậy, ngài chỉ ra rằng, chỉ khi nào bạn đảo ngược được tiến trình thì bạn mới vượt qua được tất cả các hình thức bám chấp. Dĩ nhiên, đó chính là quan điểm của phái Trung quán Cụ duyên. Vì thế, theo quan điểm của phái này thì chính nhờ vào sự hiểu biết về sự trình hiện (của

---

[1] Đức Dalai Lama muốn nói đến bài "Xưng tụng lưới duyên khởi" (sPal mar bstod pa), là bài kệ viết về tác phẩm nổi tiếng "Xưng tụng đức Phật và giáo pháp Duyên khởi (rTen 'brel bstod pa) của ngài Tsongkhapa. Ngài *Lodrō Gyatso* là một vị đại sư sống vào cuối thế kỷ 19 ở Amdo, thuộc phái Cách-lỗ, thường được biết đến nhiều hơn với danh xưng là Chone Lama Rinpoche.

TẬP KHỔ ĐẾ (CHÂN LÝ VỀ NGUỒN GỐC KHỔ)

thế giới hiện tượng) mà người ta được giải thoát khỏi bám chấp vào sự tuyệt đối; và chính nhờ vào sự hiểu biết ý nghĩa chân thật của *tính không* mà người ta tránh khỏi rơi vào chủ nghĩa hư vô.

Các trường phái Trung quán

Trước đây tôi có nói rằng, ngay trong trường phái Trung quán cũng đã có hai cách hiểu khác nhau về *tính không*, và tôi cũng đã nói sơ qua sự khác nhau như thế nào giữa phái Trung quán Y tự khởi (*Madhyamaka-svatantrika*) và phái Trung quán Cụ duyên (*Madhyamaka-Prasangika*). Sự chấp nhận khác biệt này được dựa trên các trước tác của ngài Thanh Biện,[1] một trong những luận sư chính xiển dương giáo pháp của ngài Long Thụ. Ngài Thanh Biện là người đẩy các trường phái *Duy thật* vào một sự khảo hạch rất khắt khe nhưng đồng thời cũng phê phán luận giải của ngài Phật Hộ (*Buddhapalita*) về ngài Long Thụ. Quan điểm riêng của ngài Thanh Biện nổi bật lên qua hai sự phê phán này. Về cơ bản, Ngài cho rằng mặc dù các phái *Duy thật* và ngài Phật

---

[1] Thanh Biện(*Bhāvaviveka*), dịch âm là Bà-tỳ-phệ-già (婆毘吠伽) hay Bà-tỳ-tiết-ca (婆毘薛迦), dịch nghĩa là Thanh Biện hay Minh Biện, cũng dịch là Phân Biệt Minh. Ngài là một đại luận sư của phái Trung quán, sống vào khoảng thế kỷ 6, người miền Nam Ấn Độ. Các trước thuật của ngài chủ yếu có Đại thừa chưởng trân luận (2 quyển), Bát-nhã đăng luận thích (15 quyển). Ngoài ra còn có Trung quán tâm luận tụng được truyền vào Tây Tạng. (ND)

Hộ phủ nhận sự tồn tại tuyệt đối, nhưng họ thật ra vẫn chấp nhận các sự vật và hiện tượng là có một dạng tự hữu và khách quan nào đó, là điều mà các đại sư phái *Trung quán Cụ duyên* như ngài *Nguyệt Xứng* đã hoàn toàn phủ nhận. Như vậy, mặc dù các ngài *Nguyệt Xứng*, *Phật Hộ* và *Thanh Biện* đều là các luận sư chính yếu nối dòng của ngài Long Thụ, nhưng vẫn có sự khác biệt quan trọng trong cách hiểu của mỗi vị về triết lý *tính không* của ngài Long Thụ. Chính vì sự khác biệt này mà các học giả Phật giáo Tây Tạng phân biệt hai chi phái thuộc *Trung quán tông*, với tên gọi là *Y tự khởi phái* và *Cụ duyên phái*.

Hai phái này cũng khác nhau về phương pháp luận. phái *Cụ duyên* nhấn mạnh rất nhiều vào kiểu lập luận chủ yếu dựa theo sự phán xét kết quả.[1] Phương pháp luận của họ không dùng nhiều lập luận để tự khẳng định mà chủ yếu là

---

[1] Nguyên tác dùng chữ consequentialist, dùng chính lập luận của đối phương để chỉ ra chỗ không vững chắc của lập luận đó, ở đây chỉ đến quan điểm cho rằng việc đánh giá một hành vi chỉ hoàn toàn dựa vào kết quả của hành vi đó. Quan điểm này cũng thường được diễn đạt là "mục đích biện minh cho phương tiện", bởi vì những người theo quan điểm này cho rằng chỉ cần đạt đến một kết quả tốt đẹp thì cho dù có hành động theo cách nào cũng không quan trọng. Tất nhiên đây là một quan điểm có phần cực đoan, nên chỉ được đưa ra để so sánh phần tương đồng (sự nhấn mạnh vào kết quả) chứ hoàn toàn không có nghĩa cho rằng phương pháp luận của Cụ duyên phái thuộc loại này. (ND)

TẬP KHỔ ĐẾ (CHÂN LÝ VỀ NGUỒN GỐC KHỔ)

tập trung chỉ ra những mâu thuẫn nội tại trong quan điểm của đối phương.[1] Ngược lại, phái *Y tự khởi* có khuynh hướng sử dụng kiểu suy diễn theo *Tam đoạn luận*[2] để xác lập quan điểm riêng của mình.

Ngoài ra còn có sự khác nhau cơ bản giữa ngài *Thanh Biện* và ngài *Nguyệt Xứng* về cách thức các giác quan nhận biết đối tượng vật chất. Ngài *Thanh Biện* cho rằng khi một nhận thức hình ảnh khởi lên là ta đang nhìn thấy sự trình hiện của một thực thể khách quan, vì ngài chấp nhận rằng sự vật quả thật có một mức độ của tính khách quan để rồi sau đó được hình dung hóa lên nhận thức. Điều này bị phủ nhận hoàn toàn bởi phái *Cụ duyên* của ngài *Nguyệt Xứng*. Do đó, rõ ràng điểm khác biệt quan trọng nhất

---

[1] Trong nguyên tác dùng thuật ngữ "reductio ad absurdum" để so sánh với phương pháp lập luận mang tên này. Trong kinh luận Hán văn dùng một từ có nghĩa tương đương là quy mậu (歸謬), nghĩa là hướng đến những điểm sai lầm, ở đây là sai lầm trong quan điểm của đối phương. Chính vì thế mà phái này thường được gọi là Quy mậu luận chứng phái (歸謬論證派). (ND)

[2] Tam đoạn luận: phương pháp biện luận bao gồm ba luận đề. Người lập luận căn cứ vào sự xác thật và tương đồng nhất định của hai luận đề đã có để đưa ra một kết luận bằng luận đề thứ ba. Ví dụ: 1. Con người ai cũng sẽ chết; 2. Ông B là con người; (2 luận đề xác thật và tương đồng) 3. Vậy ông B cũng sẽ chết. Cơ sở của phương pháp này là: Vì 2 luận đề đã nêu trước là xác thật nên kết luận được rút ra từ đó cũng xác thật.(ND)

giữa hai chi phái của *Trung quán tông* là ở chỗ người ta có chấp nhận bất kỳ một ý niệm nào đó về *tính tự hữu* hay không.

Ứng dụng hiểu biết về Tính không

Sở dĩ việc nhận hiểu vấn đề tinh tế này lại rất quan trọng là vì nó gắn liền với việc nhận hiểu những kinh nghiệm cá nhân của chính chúng ta trong cuộc sống. Khi những cảm xúc mạnh mẽ khởi lên trong bạn, chẳng hạn như là sự luyến ái hay sân hận, nếu bạn xem xét kinh nghiệm về cảm xúc đó, bạn sẽ thấy phía sau cảm xúc này là một sự mặc nhiên chấp nhận rằng có một cái gì đó là khách quan và thật có ở bên ngoài, và bạn đang bám chấp vào đó, rồi sinh khởi những phẩm tính khát khao hoặc không ưa thích đối với nó. Tùy theo loại phẩm tính mà bạn sinh khởi đối với sự vật hay hiện tượng, bạn sẽ cảm thấy bị cuốn hút hay muốn tránh né. Vì thế, những đáp ứng cảm xúc mạnh mẽ thật ra là thừa nhận sự tồn tại một dạng nào đó của thực tại khách quan.

Tuy nhiên, nếu bạn nhận chân rằng các sự vật và hiện tượng *không hề có tự tính tự hữu*, thì chắc chắn điều này sẽ tự nhiên giúp bạn hiểu rằng, cho dù những cảm xúc có vẻ như rất thật và mạnh mẽ đến đâu, chúng cũng không hề dựa trên một nền tảng xác thật. Một khi bạn biết

TẬP KHỔ ĐẾ (CHÂN LÝ VỀ NGUỒN GỐC KHỔ)

rằng những cảm xúc thật sự dựa trên ý niệm sai lầm cơ bản về thực tại, thì tự chúng sẽ trở nên không thể duy trì. Mặt khác, nếu bạn chưa thấu triệt về *tính không*, theo nghĩa là chưa loại trừ được hoàn toàn ý niệm về *tính tự hữu*, thì tất nhiên là cách nhìn nhận cảm xúc của bạn sẽ có phần không dứt khoát, và bạn có thể cảm thấy là theo một ý nghĩa nào đó thì cảm xúc vẫn là hợp lý hay thỏa đáng.

Khi bạn đã phát triển một hiểu biết nhất định về *tính không*, cho dù chỉ là một sự hiểu biết dựa vào lý trí,[1] bạn sẽ có một cách nhìn mới về sự vật, hiện tượng và bạn có thể so sánh điều này với các phản ứng thông thường của mình. Bạn sẽ nhận biết được khuynh hướng hình dung hóa những phẩm tính đối với thế giới bên ngoài của chúng ta nhiều đến mức nào. Đặc biệt hơn, bạn sẽ nhận ra rằng hầu hết các cảm xúc mạnh mẽ của ta đều khởi lên từ sự thừa nhận tính thật hữu của một sự vật nào đó *vốn là không thật*.

---

[1] Phật giáo phân biệt hai cấp độ của sự hiểu biết. Sự hiểu biết dựa vào suy luận, so sánh và phân biệt các khái niệm (trí tuệ tương đối hay thế trí) và sự hiểu biết dựa vào trí tuệ giác ngộ hay trực giác giải thoát, không thông qua bất kỳ hình thức suy luận hay phán đoán, so sánh nào (trí tuệ tuyệt đối hay xuất thế trí). Cấp độ hiểu biết dựa vào lý trí có sự giới hạn nhất định của nó, bởi vì bản thân những tiền đề mà nó dựa vào đã không phải là những chân lý tuyệt đối. Mặc dù vậy, đây chính là phương tiện đầu tiên mà người tu học phải dựa vào để có thể bước đi trên con đường hướng đến sự giải thoát rốt ráo.

Bằng cách này, bạn có thể đạt tới tri giác kinh nghiệm về sự khác biệt giữa cách mà bạn nhận thức sự vật với cách mà sự vật thực sự hiện hữu.

Bài học mà ta có thể rút ra từ tất cả các điều trên là các cảm xúc mạnh mẽ gây phiền não trong tâm ta khởi lên từ một trạng thái sai lầm cơ bản, và điều này khiến cho ta nhận hiểu sự vật như là thật có và tồn tại một cách độc lập. Tóm lại, ta biết rằng các cảm xúc và ý tưởng gây đau khổ không có nền tảng xác thật, không những trong kinh nghiệm của ta mà cả trong thực tại, và cả trong lý luận.

Ngược lại, sự thấu suốt *tính không* của sự vật không chỉ dựa trên lý luận mà cả trên thể nghiệm: nó có chỗ dựa xác thật. Thêm vào đó, hiểu biết về *tính không* và sự bám chấp vào sự vật như là có thật là trực tiếp trái ngược nhau, nên điều này sẽ loại trừ điều kia. Vì chúng là các sức mạnh trái ngược nhau, và vì một bên có nền tảng xác thật trong khi bên kia thì không, nên kết luận cuối cùng có thể rút ra là: càng hiểu biết sâu sắc về *tính không*, và năng lực nội quán càng mạnh mẽ thì ta càng thấy rõ sự lừa dối của các cảm xúc, và hệ quả là các cảm xúc đó càng trở nên yếu ớt hơn. Sự thật là ta sẽ đạt đến sự nhận biết rằng các cảm xúc mạnh mẽ và ý tưởng gây khổ đau, cùng với nền tảng của chúng là vô minh, đều có thể bị làm cho suy yếu, trong khi sự thấu suốt về *tính không* thì có thể được tăng thêm.

TẬP KHỔ ĐẾ (CHÂN LÝ VỀ NGUỒN GỐC KHỔ)

SỰ GIẢI THOÁT

Qua sự cứu xét, chúng ta đã đạt tới chỗ có thể chấp nhận về mặt nhận thức rằng sức mạnh của sự nhận biết sai lầm và vô minh có thể bị làm cho giảm thiểu, nhưng vấn đề còn lại là liệu có thể loại trừ hoàn toàn và nhổ tận gốc rễ chúng khỏi tâm thức của chúng ta hay không? Ở đây, một số vấn đề nêu lên trong *Tối thượng luận* của ngài *Di-lặc* có thể là rất thiết yếu. Theo đó thì năng lực trí tuệ là tự tính của thức và là một phẩm chất tự nhiên sẵn có của tâm, trong khi tất cả các yếu tố gây phiền não cho tâm lại không phải là một phần nhất thiết phải có của tâm thức. Những trạng thái phiền não là khác biệt hoàn toàn với bản chất thiết yếu của tâm và do đó được gọi là nhân tố ngoại lai.

Vì vậy, khi nói về sự đạt đến trí tuệ viên mãn của một đức Phật, ta không nên nghĩ rằng cần phải tạo ra các phẩm chất vốn không sẵn có trong tự tâm, và đạt được chúng ở đâu đó từ bên ngoài. Ngược lại, ta nên hiểu *Phật trí viên mãn* như là một khả năng tiềm ẩn đang dần dần được nhận biết. Những cấu nhiễm trong tâm thức ngăn che sự hiển lộ tự nhiên của khả năng tiềm ẩn ấy, vốn sẵn có trong tâm thức chúng ta. Cũng giống như là khả năng hiểu biết không ngăn ngại luôn sẵn có trong tâm thức, nhưng các cấu nhiễm đã ngăn che không cho nó phát triển và hiển lộ hoàn toàn. Mặc dù vậy, một khi trong sự hiểu biết về tâm thức của ta có được nhận thức rằng bản chất tinh yếu của tâm thức là sự sáng tỏ tuyệt đối và kinh nghiệm thuần túy, hay khả năng nhận biết đơn thuần,[1] thì ta có thể nhận thức được khả năng loại trừ hoàn toàn các phiền não cấu nhiễm này.

Tóm lại, trong chương này ta đã dùng phương pháp khái niệm để giải quyết vấn đề liệu có thể thực sự đạt tới sự giải thoát hay không.

Cuối cùng, nếu chấp nhận rằng giải thoát là có thể đạt được, thì điều đó được hiểu một cách chính xác như thế nào? Theo kinh điển, sự giải thoát được mô tả cụ thể qua bốn đặc tính. Đặc tính thứ nhất mô tả sự giải thoát như là sự chấm dứt thật sự của dòng phiền não tương tục. Theo đặc tính thứ hai thì giải thoát là sự an ổn thật sự, tức là trạng thái tĩnh lặng hoàn toàn khi hành giả đạt tới sự vô nhiễm tuyệt đối đối với mọi cấu nhiễm trong tâm thức. Giải thoát được mô tả trong đặc tính thứ ba như là một sự mãn nguyện hoàn toàn, vì hành giả đã đạt đến trạng thái mãn nguyện tối hậu. Đặc tính thứ tư diễn tả sự giải thoát như là vượt thoát hoàn toàn, theo ý nghĩa là hành giả đã hoàn toàn vượt thoát ra khỏi khỏi tiến trình của đời sống mê muội.[2]

---

[1] Khả năng nhận biết đơn thuần: tức trí tuệ vô phân biệt. (ND)

[2] Trong sách "Niệm ân Đức Phật" của Susanta Nguyễn (http://www.zencomp.com/greatwisdom/uni/u-9anducphat/00.htm) giải thích bốn đặc điểm của giải thoát như sau: 1. Có năng lực làm cho thoát khỏi phiền não (sự khổ) và ra khỏi

CHƯƠNG V: ĐẠO ĐẾ (CHÂN LÝ VỀ THOÁT KHỔ)

Nếu ta chấp nhận rằng giải thoát là mục tiêu có thể đạt đến, thì làm thế nào để có thể đạt đến? Câu hỏi này đưa chúng ta đến với *Chân lý thứ tư*, nói về đạo chân thật.

Theo sự giải thích của *Trung quán tông* thì đạo chân thật nên được hiểu theo ý nghĩa là sự phát triển một chứng ngộ trực giác về *tính không*. Lý do là vì chứng ngộ trực giác về *tính không* trực tiếp đưa tới sự đạt được trạng thái *tịch diệt*. Tuy nhiên, để có được một sự chứng ngộ như thế, hành giả phải có một nền tảng trong pháp thiền định nhất tâm, bởi vì điều này dẫn tới một tri kiến thể nghiệm về *tính không*. Địa vị của hành giả khi đạt tới tri kiến thể nghiệm đó[1]

---

tam giới (Nissaranattho); 2. Có trạng thái yên tĩnh lánh xa sự khổ (Vivekattho); 3.- Có trạng thái không cho nguyên nhân tạo thành được (vô sanh) (Asankhatattho); 4. Có trạng thái không chết, bất diệt (Amatattho). (ND)

[1] Nói chung, có 10 giai đoạn hay 10 địa vị lần lượt được đạt đến trên đường tu tập là: 1 Phát tâm trụ (發心住); 2. Trị địa trụ (治地住); 3. Tu hành trụ (修行住); 4. Sanh quý trụ (生貴住); 5. Phương tiện cụ túc trụ (方便具足住); 6. Chánh tâm trụ (正心住); 7. Bất thối trụ (不退住); 8. Đồng chân trụ (童眞住); 9. Pháp vương tử trụ (法王子住); 10. Quán đảnh trụ (灌頂住) (ND) Xem giải thích về các giai đoạn trên con đường tu tập của *Bồ Tát* trong kinh Thập địa (Dasabhumika Sutra).

được xem là khởi điểm của *Lộ trình nối tiếp* hay *Lộ trình chuẩn bị*, và khi hành giả đạt được sự trực giác về *tính không* thì được gọi là *Lộ trình tri kiến*.

Tri kiến thể nghiệm về *tính không* lại phải dựa trên cơ sở tri thức hiểu biết về *tính không*, được phát triển thông qua suy luận. Quả thật, không có sự suy luận đó thì không thể đạt tới một sự thể nghiệm dựa trên thiền định về *tính không*. Giai đoạn khởi đầu sự phát triển tri thức hiểu biết được gọi là *Lộ trình tích lũy*. Điểm khởi đầu của lộ trình này là khi hành giả phát triển một tâm nguyện chân thật hướng đến sự giải thoát - và đây được xem là khởi điểm tối sơ của Phật đạo.[1]

Giáo pháp Thanh văn thừa

Ngay cả trước khi bắt đầu việc tu tập,[2] ta

---

[1] Sự phát khởi tâm nguyện chân thật hướng đến việc thành tựu quả Phật thường được biết đến nhiều hơn với thuật ngữ "phát tâm Bồ-đề", và được xem là khởi điểm cũng như yêu cầu tất yếu của việc thực hành *Bồ Tát đạo*. (ND)

[2] Trong truyền thống Ấn Độ, con đường tu tập theo đạo Phật được trình bày tổng quát trong Bát chánh đạo, bao gồm chánh kiến, chánh tư duy, chánh ngữ, chánh nghiệp, chánh mạng, chánh tinh tấn, chánh niệm và chánh định. Truyền thống Tây Tạng mô tả con đường tu tập theo Phật gồm Năm giai đoạn: giai đoạn tích lũy, giai đoạn nối kết, giai đoạn nhìn thấu, giai đoạn thiền định, và giai đoạn không còn gì để học. (Năm giai đoạn này còn được dịch là Tư lương đạo, Gia

CHƯƠNG V: ĐẠO ĐẾ (CHÂN LÝ VỀ THOÁT KHỔ)

cũng cần có một sự chuẩn bị hết sức kĩ lưỡng. Để khởi đầu, sự thực hành quan trọng nhất là ba pháp tu tập cao hơn: tu tập giới luật (*Śila*), sự tập trung tâm trí hay thiền định (*samādhi*), và tuệ giác hay trí tuệ (*Prajñā*).[1]

Kinh điển thường mô tả một cách tổng quát sự chuyển đổi từ giai đoạn này sang giai đoạn khác dựa vào kinh nghiệm của hành giả. Do đó, điều quan trọng cần phải hiểu được là con đường thực sự mà hành giả đang theo đuổi chính là con đường liên tục phát triển sâu sắc hơn nữa tri kiến và sự giác ngộ về *tính không*; thuật ngữ Phật giáo gọi đây là phần *Tuệ học*. Hơn nữa, trí tuệ giác ngộ *tính không* này phải được phát triển trong bối cảnh kết hợp giữa trạng thái nhất tâm và sự quán chiếu nội tâm; thường được biết đến như là sự kết hợp giữa hai pháp tu *chỉ* (*śamatha*) và *quán* (*vipaśyana*).

---

hành đạo, Thông đạt đạo, Tu tập đạo, và Vô học đạo; hoặc cũng được dịch là Tích lũy, Gia hành, Kiến, Tu tập và Vô lậu học - ND) Theo cách phân chia này thì Bát chánh đạo được bao gồm trong giai đoạn thiền định.

[1] Tuệ giác hay trí tuệ, dịch từ Phạn ngữ là *Prajñā*, nhưng theo nguyên tắc "ngũ chủng bất phiên" (5 trường hợp không chuyển dịch) của ngài Huyền Trang thì nghĩa của từ này không thể chuyển dịch trọn vẹn (vì quá rộng), nên trong các kinh điển Đại thừa thường dùng cách phiên âm là Bát-nhã. Ba pháp tu tập trình bày ở đây thường được biết nhiều hơn với tên gọi là Tam vô lậu học, gồm có *giới học, định học* và *tuệ học*.

Để có được sự kết hợp giữa hai điều này, ta phải phát triển pháp tu *chỉ* trước tiên, vì chỉ có điều này mới cho phép ta định hướng được năng lực và sự tập trung của mình. Do vậy, việc tu tập pháp *chỉ* là điều then chốt. Để đạt đến thành công, cần phải có hai yếu tố, đó là sự vận dụng chánh niệm và sự vận dụng tâm tỉnh giác. Bản thân hai năng lực này lại chỉ phát triển thành tựu nếu sự nhất tâm của ta được dựa trên cơ sở một nếp sống đạo hạnh, luôn tuân thủ giới luật trong cả thái độ và cách sống. Dĩ nhiên, điều này nhấn mạnh tầm quan trọng cơ bản của giới hạnh. Như vậy, giờ đây ta có thể thấy là cả ba pháp tu tập *giới, định* và *tuệ* có quan hệ gắn liền với nhau như thế nào.

Và cả ba pháp tu tập này là chung cho cả *Thanh văn thừa* cũng như *Đại thừa*.

Giáo pháp Đại thừa

Bây giờ ta phải xét đến một phương diện quan trọng khác của Phật giáo, đó là phần giáo pháp mà toàn bộ những lời dạy của đức Phật đều đặt nền móng trên yếu tố từ bi. Từ bi chính là nền tảng của Chánh pháp. Sự thực hành nâng cao tâm hồn đẹp đẽ và phát triển tâm vị tha là nhằm để đào sâu hiểu biết của chúng ta về lòng từ bi và khơi dậy năng lực từ bi sẵn có trong ta. Chính trên cơ sở của lòng từ bi sâu sắc mà ta phát triển tâm nguyện vị tha để tìm cầu sự giác ngộ mang lại lợi ích cho muôn loài.

CHƯƠNG V: ĐẠO ĐẾ (CHÂN LÝ VỀ THOÁT KHỔ)

Theo truyền thống thì điều này gọi là *phát tâm Bồ-đề*. Tâm *Bồ-đề* là gì? Trong *Hiện quán trang nghiêm luận* (*Abhisamayālaṅkāra-śāstra*) của ngài *Di-lặc* thì tâm *Bồ-đề* được miêu tả như là việc có hai nhân tố thúc đẩy: Nhân tố đầu tiên lòng từ bi chân thật hướng về tất cả chúng sinh, và nhân tố thứ hai là nhận biết về sự thiết yếu phải đạt tới giác ngộ viên mãn để mang lại lợi ích cho muôn loài. Thật vậy, để phát triển lòng vị tha của tâm *Bồ-đề* thì chỉ có lòng từ bi không thôi là chưa đủ. Tâm *Bồ-đề* nhất thiết phải dựa trên một lòng từ bi có ý thức trách nhiệm để bạn luôn sẵn lòng tự nhận lấy nhiệm vụ cứu vớt muôn loài.

Ý thức trách nhiệm này chỉ khởi lên khi bạn phát khởi một lòng từ bi chân thật và trở thành bản năng tự nhiên, rộng mở đến tất cả chúng sinh không có ngoại lệ. Đây là lòng từ bi phổ quát. Nó được gọi là *mahākaruṇā* hay là "*đại bi*" để phân biệt với lòng bi thông thường vốn có giới hạn. Mặc dù vậy, lòng *đại bi* tự nó sẽ không phát khởi trừ phi bạn có một tuệ giác xác thật về bản chất của khổ đau, không chỉ là khổ đau của chính mình mà còn là của kẻ khác. Bạn nhận biết tình trạng của mình là đang đau khổ, và rồi bạn cũng cảm thấy một sự cảm thông chân thật và gắn bó với người khác. Trong tương quan với tuệ giác về bản chất của khổ đau, sự quán chiếu *Chân lý thứ nhất - Khổ đế -* sẽ giúp bạn phát triển sâu sắc hơn tuệ giác của mình.

Với một người thực hành vị tha thì điều quan trọng là phải hiểu rằng việc đạt tới giải thoát cho riêng mình không thôi là chưa đủ. Điều này không chỉ là mang tính chất chủ nghĩa cá nhân mà ngay cả xét từ góc độ con đường tu tập để hoàn thiện bản thân người đó thì cũng chưa phải là trạng thái hoàn toàn tỉnh giác.

Do đó, điều thiết yếu là ta phải nuôi dưỡng lòng cảm thông tự nhiên và cảm giác gắn bó với người khác. Kinh điển có dạy một trong những phương thức để làm được điều này là hình dung mọi chúng sinh đều là mẹ ta, hay một người nào đó thân thiết với ta. Bạn khơi dậy lòng thương yêu tự nhiên đối với mẹ mình hay một người nào đó thân thiết, và mở rộng lòng thương yêu ấy đến với tất cả chúng sinh. Bằng cách này, bạn phát triển được một sự thông cảm tự nhiên và tức thì. Mặc dù vậy, sự cảm thông ấy không thể sinh khởi nếu các cảm xúc của bạn đối với người khác thay đổi do cách nhìn nhận một số người nào đó là kẻ thù và một số khác là bạn hữu. Sự phân biệt đối xử này cần phải vượt qua trước nhất, và để làm được điều này thì việc thực hành tâm bình thản là nền tảng quan trọng.

Một phương pháp khác được ngài *Tịch Thiên* (*Śāntideva*) trình bày trong *Nhập Bồ-đề hành luận*.[1] Ngài giải thích một phương pháp để nuôi

---

[1] Nguyên bản Phạn ngữ là *Bodhicaryāvatāra*, tác giả là ngài *Śāntideva* (Tịch Thiên), sống vào khoảng thế kỷ 7 - 8. Bản

CHƯƠNG V: ĐẠO ĐẾ (CHÂN LÝ VỀ THOÁT KHỔ)

dưỡng sự cảm thông thực sự bằng cách xem người khác như chính bản thân mình. Thí dụ, cũng giống như bản thân bạn luôn mong ước được hạnh phúc và vượt qua đau khổ, người khác cũng có sự khao khát tương tự như vậy; và cũng giống như bản thân bạn có quyền đạt được điều đó, mọi người khác cũng vậy. Với ý thức bình đẳng đó, bạn đảo ngược quan điểm luôn tự xem mình là tâm điểm quan trọng, đặt bản thân mình vào vị trí của người khác và liên hệ với họ như thể là những người mình thương yêu hơn cả chính bản thân.

Theo truyền thống Tây Tạng, hai phương pháp khác biệt trên được kết hợp và dùng làm đối tượng của thiền quán. Một khi nhờ vào kết quả của sự quán chiếu và thiền định mà bạn đạt được dù chỉ là một kinh nghiệm mô phỏng của tâm vị tha, thì thường là đức tính đó sẽ được ổn định và củng cố qua việc tham gia một nghi lễ *phát tâm Bồ-đề*. Tiếp theo sau đó, cần phải có một tâm nguyện mãnh liệt dấn thân vào thực hành *Bồ Tát hạnh*. Theo truyền thống, hành

---

dịch Hán ngữ có tên là Bồ-đề hành kinh (菩提行經), do ngài Thiên Tức Tai dịch vào đời Tống (Đại chánh tạng quyển 32, kinh số 1662). Gần đây lại có bản dịch Hán ngữ của Trần Ngọc Giao và bản dịch Việt ngữ của Thích Nữ Trí Hải, đều lấy tựa đề là Nhập Bồ Tát hạnh. Bản dịch tiếng Tây Tạng có tựa đề *Byaṅ-chub-sems-dpaḥispyod-pa-la ḥjug-pa*. Ngoài ra, sách này còn được dịch sang các ngôn ngữ khác như Mông Cổ, Pháp, Đức, Nhật... (ND)

giả chính thức phát khởi hạnh nguyện *Bồ Tát* vào thời điểm này. Lý tưởng *Bồ Tát*, hay *Bồ Tát hạnh*, được thâu gồm trong ba điều Giới luật: thứ nhất là ngăn ngừa hết thảy mọi điều bất thiện; thứ hai là quyết tâm thành tựu hết thảy các điều lành; và thứ ba là luôn cứu vớt giúp đỡ muôn loài.

Từ quan điểm về cách thức các nhân tố thực hành sẽ dẫn tới một trạng thái kết quả, các hạnh *Bồ Tát* đôi khi cũng được mô tả trong hai dạng tích lũy: *tích lũy trí tuệ* và *tích lũy công đức*. Hai dạng tích lũy này cùng xuất hiện trong sự kết hợp giữa *phương tiện* với *trí tuệ*, và trong đạo Phật chúng không bao giờ tách rời nhau.

Giáo pháp Kim cương thừa

Sự sâu sắc và tinh tế của *Mật tông* (Tantra)[1] hay *Kim cương thừa* (Vajrayāna) phát xuất từ sự thực hành hợp nhất *phương tiện* và *trí tuệ*. Nói một cách hết sức vắn tắt thì một trong những nét độc đáo của sự hợp nhất *phương tiện* và *trí tuệ* trong giáo pháp *Kim cương thừa* là hành giả trước tiên phải hướng nhận thức về bản ngã và thế giới của mình đến một sự hiểu biết về *tính không* và hòa tan mọi thứ vào *tính không* đó. Và rồi nhận thức về *tính không* đó sẽ được hình tượng hóa (dĩ nhiên vào giai đoạn khởi đầu thì

---

[1] Tantra: với nghĩa chỉ một bộ phái có thể dịch là Mật tông, nếu trong giáo nghĩa thì có sách dịch là Mật điển. (ND)

CHƯƠNG V: ĐẠO ĐẾ (CHÂN LÝ VỀ THOÁT KHỔ)

chỉ là một cách tưởng tượng) như là một dạng toàn hảo của *Thánh hộ trì*[1] thiền. Kế đến, bạn quán chiếu về bản chất *phi vật thể* hay trống không của vị *Thánh hộ trì* đó. Như vậy, chỉ trong một trường hợp nhận thức, cả *phương tiện* và *trí tuệ* đều có mặt và trọn vẹn: có sự hình tượng hóa của một vị *Thánh hộ trì* và cùng lúc có cả sự hiểu biết về bản chất trống không của vị *Thánh hộ trì* đó.

Trong truyền thống *Kim cương thừa* có bốn lớp nguyên lý *tantra* chính yếu, theo các phái *Gelug*,[2] *Sakya*[3] và *Kagyu*.[4] Đó là *Kriya tantra*, *Carya tantra*, *Yoga tantra*, và *Tối thượng Du-già tantra*.[4] Hai lớp nguyên lý đầu tiên không bao gồm việc phát nguyện *Vajrayana*; các phát

---

[1] Trong *Kim Cương thừa* các hình tượng này thường là những biểu tượng của các vi Phật hay *Bồ Tát* như là A-di-đà, Quán Thế Âm, Văn Thù Sư Lợi, Đại Nhật, Bảo Sinh, ... (ND)

[2] Gelug, hay Gelugpa, một trong các tông phái chính của Phật giáo Tây Tạng, được phiên âm là Cách-lỗ. Phái này do chính ngài Tsongkhapa (1357-1419) sáng lập. Vị đại sư này thường được biết đến với tên phiên âm là Tông-khách-ba. (ND)

[3] *Śākya*, được phiên âm là Tát-ca. Tên gọi *Śākya* được đặt theo tên tự viện chính của phái này là *Śākya*, thành lập vào năm 1073. (ND)

[4] Kriya tantra được dịch sang Anh ngữ là Action tantra, mang nghĩa là Mật điển Hành động. Carya tantra được dịch sang Anh ngữ là Performance tantra, theo Thích Trí Hải dịch là Mật điển thiên về tư duy. Chữ Yoga được phiên âm thành Du-già; và Highest Yoga tantra được dịch là Tối thượng Du-già tantra (Anuttarayogatantra). (ND)

nguyện *tantra* thuộc về *Mật tông Du-già* và *Mật Tông Tối thượng Du-già*. *Mật Tông Tối thượng Du-già* còn có các thực hành thiền định sử dụng nhiều yếu tố sinh lý đa dạng, chẳng hạn như việc hình tượng hóa các kênh năng lực của cơ thể, các năng lực luân chuyển trong các kênh ấy, các "giọt vi tế"... Trong tất cả các pháp thiền khác nhau này thì điểm then chốt luôn luôn là nguyện lực của tâm *Bồ-đề* và tuệ giác về *tính không*. Thiếu đi hai nhân tố này, không một pháp thiền nào kể trên thậm chí có thể được xem là pháp Phật.

Tuy nhiên, theo một số kinh văn xác thật và rất đáng tin cậy của *Mật tông Du-già* thì pháp tu *Kim cương thừa* cũng có thể dựa trên hiểu biết về *tính không* của phái *Duy thức*, không nhất thiết phải là theo *Trung quán tông*. Mặc dù vậy, tôi vẫn cảm thấy rằng nếu muốn cho các thực hành *tantra* là toàn diện, và muốn đạt tới sự giác ngộ viên mãn theo giáo pháp *tantra*, thì một tuệ giác về *tính không* dựa theo *Trung quán tông* là thực sự cần thiết.

Lời khuyên cho người thực hành Phật pháp

Có 3 lời khuyên tôi muốn chia sẻ cùng các bạn.

Điều đáng nói trước tiên là trừ phi bạn có thể thiết lập một nền tảng vững chắc trong các thực hành căn bản của Phật pháp, như những điều

CHƯƠNG V: ĐẠO ĐẾ (CHÂN LÝ VỀ THOÁT KHỔ)

mà tôi đã vạch ra, bằng không thì ngay cả các pháp tu được xem là sâu xa của *Kim cương thừa* cũng sẽ không mang lại hiệu quả gì. Điều quan trọng là, đối với người thực hành Phật pháp thì sự phát triển một hiểu biết về *Tứ diệu đế* và suy gẫm sâu xa về giáo pháp này là thực sự thiết yếu. Do đó, thiền tập phải là một phần trọng yếu trong sự thực hành của bạn, bao gồm cả hai pháp *chỉ* và *quán*.

Nhân tố quan trọng thứ hai là sự quyết tâm của bạn. Bạn không nên tưởng tượng rằng tất cả mọi sự tiến triển nói trên có thể diễn ra trong vòng vài ba ngày hay vài ba năm; chúng thật ra có thể phải cần đến nhiều đời, nhiều kiếp, nên sự quyết tâm rõ ràng là thiết yếu. Nếu bạn tự xem mình là một Phật tử và muốn thực sự thực hành Phật pháp, thì ngay từ khi bắt đầu bạn phải hạ quyết tâm thực hiện đến cùng, bất chấp việc ấy có phải trải qua đến hàng triệu hay hàng tỷ kiếp sống. Nói cho cùng, ý nghĩa cuộc sống của ta là gì? Tự nó không hề có một ý nghĩa nội tại nào cả. Tuy nhiên, nếu ta sử dụng cuộc sống theo một cách tích cực, thì ngay cả những ngày tháng và những niên kỷ đó cũng sẽ trở nên đầy ý nghĩa. Ngược lại, nếu bạn hoang phí đời sống một cách không mục đích thì dù chỉ một ngày cũng sẽ cảm thấy là quá dài. Bạn sẽ thấy rằng, một khi bạn có được một quyết tâm kiên định và một mục đích rõ ràng thì thời gian sẽ không là quan trọng.

Như ngài Tịch Thiên đã viết trong bài thi kệ rất hay này:

Bao lâu còn đó hư không,
Sinh linh cam chịu trong vòng khổ đau,
Nguyện rằng tôi vẫn còn đây,
Tận trừ đau khổ đến ngày sáng tươi.[1]

Lời lẽ trong bài thi kệ thật sự đã truyền đạt một tri kiến nhất định cho tôi, và những lời thơ thật hết sức truyền cảm.

Và lời khuyên cuối cùng của tôi là, bạn càng nôn nóng, càng mong muốn một phương thức nhanh nhất, ít tốn kém nhất hay tốt nhất, thì lại càng có nhiều khả năng phải nhận lấy một kết quả rất tồi. Vì thế, tôi cho rằng đó là một phương pháp sai lầm.

---

[1] Nhập Bồ-đề hành luận (*Bodhicaryāvatāra*) của Tịch Thiên (*Śāntideva*), chương X (Hồi hướng), thi kệ số 55.

KẾT LUẬN

Nếu phải nêu ra điểm thiết yếu nhất trong bài giảng này, hẳn tôi sẽ nói rằng: Nếu sự hiểu biết về *Tứ diệu đế* của bạn hình thành từ các quán chiếu sâu sắc như đã nói trên, thì bạn sẽ có một sự kính ngưỡng sâu xa đối với Chánh pháp, vốn là đối tượng chân thật của sự quy y, và bạn cũng sẽ phát triển lòng tin vào khả năng vận dụng Chánh pháp ngay trong bản thân mình. Trên cơ sở của một lòng tin như vậy, bạn sẽ có thể phát triển tín tâm chân thật đối với đức Phật, bậc thầy đã chỉ ra cho bạn con đường tu tập, và bạn cũng sẽ có một lòng tôn kính sâu xa đối với chúng Tăng, những người đồng hành tinh thần trên con đường này.

Nếu sự hiểu biết của bạn về *Tam bảo* được dựa trên một chứng ngộ thâm sâu về *Tứ diệu đế* như đã nói trên, thì mỗi khi bạn nghĩ đến Phật, Pháp và Tăng, *Tam bảo* sẽ hiện đến với bạn thật sống động, với sự sáng tươi mới mẻ. Đây chính là ý nghĩa của việc thực hành quy y *Tam bảo*.

Trong thực tế, để tóm gọn một cách chính xác và rõ ràng hơn nữa, có thể nói rằng toàn bộ những gì tôi đã giảng giải ở đây chính là để chỉ rõ ý nghĩa của việc quy y *Tam bảo*.

Mặc dù sự thực hành của riêng tôi là rất kém cỏi, quả thật rất kém cỏi, và mặc dù tôi có trì chú cũng như quán tưởng một số *mạn-đà-la* (*maṇḍala*), nhưng trọng tâm chính trong sự tu tập hằng ngày của tôi vẫn là *Tứ diệu đế* và *tâm Bồ-đề*. Tôi cảm nhận rằng hai pháp tu này là thực sự mang lại lợi ích thiết thực. Đôi khi tôi nghĩ rằng việc quán tưởng các vị *Thánh hộ trì* có thể gần như là một cách tự lừa dối. Trong quan điểm của tôi, chúng ta nhất thiết phải theo đuổi việc thực hành theo trình tự từng bước một, với sự kiên nhẫn và quyết tâm. Nếu bạn thực hành theo cách này thì sau một năm hay mười năm, bạn sẽ nhận ra được ít nhất là một sự hoàn thiện nào đó trong bản thân. Và khi bạn thấy được như vậy, điều đó sẽ mang lại một sự khích lệ mới để tiếp tục. Tuy nhiên, chúng ta phải nhận biết rằng sự thay đổi thật không dễ dàng chút nào.

Giờ đây bạn đã đọc qua những lời dạy về *Tứ diệu đế*. Nếu bạn tự xem mình là một Phật tử thì xin hãy thực hành những lời dạy này. Những lời dạy này không nên chỉ dừng lại ở mức độ tri thức. Thực hành và giáo lý phải gắn liền với cuộc sống chúng ta. Dĩ nhiên, điều này cũng đúng với những người thực hành và tín đồ của các tín ngưỡng khác, như là *Thiên chúa giáo*, *Hồi giáo* hay *Do Thái giáo*; dù với bất cứ niềm tin nào, nếu bạn chấp nhận niềm tin đó thì nó phải trở thành một phần trong cuộc sống của bạn. Chỉ đi lễ nhà thờ vào Chủ nhật và chắp tay cầu nguyện trong chốc lát thì vẫn là chưa đủ, nếu như trong khoảng thời gian còn lại cách ứng xử của bạn

KẾT LUẬN

vẫn không có gì thay đổi. Cho dù bạn có tự thân đi đến nhà thờ hay không, tôi nghĩ rằng giáo lý tôn giáo của bạn phải luôn nằm trong trái tim bạn. Điều đó rất quan trọng. Chỉ khi đó bạn mới có được một thể nghiệm về giá trị chân thật của nó, nếu không thì đó chỉ đơn giản là một phần kiến thức trong đầu bạn, và khi bạn đối mặt với những khó khăn trong cuộc sống thì điều đó sẽ không giúp ích được gì.

Một khi giáo pháp đã gắn liền với cuộc sống của bạn, bất cứ lúc nào bạn gặp phải khó khăn thật sự thì sự thực hành giáo pháp sẽ cho bạn một nội lực. Cũng thế, khi bạn già yếu, hay mắc phải một căn bệnh nan y, và khi cái chết cuối cùng tìm đến, thì sự tu tập của bạn sẽ thực sự mang lại cho bạn một nội tâm vững chãi, an ổn. Xét cho cùng thì cái chết là một phần của sự sống; nó không có gì lạ cả; sớm muộn gì tất cả chúng ta đều cũng phải trải qua. Lúc đó, cho dù còn có kiếp sau hay không thì sự bình thản của tâm hồn vẫn là rất quan trọng. Làm thế nào để có được sự bình tâm trong một thời khắc quan trọng như thế? Điều đó chỉ có thể đạt được nếu ta có được những kinh nghiệm tự thân mang lại cho ta nội lực, vì không ai khác có thể cho ta sức mạnh này - không thần thánh nào, không bậc thầy nào, và cũng không bạn bè nào hết! Đây là lý do tại sao đức Phật dạy rằng bạn phải là bậc thầy của chính mình.

TỨ DIỆU ĐẾ

PHỤ LỤC 1:
TỪ BI – CƠ SỞ HẠNH PHÚC CON NGƯỜI

Bài nói chuyện trước công chúng của đức Dalai Lama tại Sảnh Đường Mậu Dịch Tự Do, Manchester, thuộc Liên Hiệp Anh, vào ngày 19 tháng 7 năm 1996.

Tôi cho rằng mỗi con người đều có một ý thức bẩm sinh về *"cái ta"*. Chúng ta không thể giải thích tại sao có cảm nhận đó, nhưng quả thật là có. Đi kèm với nó là một sự khao khát được hạnh phúc và mong muốn vượt qua khổ đau. Điều này là hoàn toàn hợp lý: Chúng ta đương nhiên có quyền đạt tới nhiều hạnh phúc nhất trong phạm vi có thể được, và ta cũng có quyền vượt qua đau khổ.

Toàn bộ lịch sử loài người đã phát triển trên cơ sở cảm nhận này. Thật ra, nó cũng không chỉ giới hạn trong loài người; theo quan điểm của Phật giáo, ngay cả loài côn trùng nhỏ nhất cũng có cảm nhận đó, và trong phạm vi khả năng của mình, chúng cũng luôn cố gắng để đạt được phần hạnh phúc nào đó và né tránh những hoàn cảnh không vui.

Tuy nhiên, có một số khác biệt quan trọng

giữa con người và các loài vật. Những khác biệt đó bắt nguồn từ trí thông minh của con người. Nhờ vào trí thông minh, ta được lợi thế hơn rất nhiều và có nhiều năng lực hơn. Ta có khả năng tư duy rất xa về tương lai, và trí nhớ của ta đủ mạnh để nhớ lại nhiều năm trong quá khứ. Hơn thế nữa, chúng ta có các truyền thống truyền khẩu và qua chữ viết, có thể nhắc nhở ta về các sự kiện cách đây nhiều thế kỉ. Giờ đây, nhờ vào các phương pháp khoa học, chúng ta thậm chí còn có thể khảo sát các sự kiện đã xảy ra cách đây nhiều triệu năm.

Như vậy, trí thông minh làm cho ta rất tinh khôn, nhưng cùng lúc, nói một cách chính xác là cũng do nơi điều đó mà ta có nhiều sự hoài nghi, ngờ vực hơn, và do đó cũng có nhiều nỗi sợ hãi hơn. Tôi nghĩ rằng sự hình dung ra nỗi sợ hãi đã phát triển rất nhiều hơn ở con người so với các loài khác. Thêm vào đó, rất nhiều những mâu thuẫn trong cộng đồng nhân loại và trong chính gia đình của mỗi người, chưa nói đến những mâu thuẫn giữa các cộng đồng xã hội và giữa các quốc gia, cũng như các xung đột nội tâm trong mỗi con người - tất cả các xung đột và mâu thuẫn này đều khởi lên từ sự khác biệt về tư tưởng và quan điểm, vốn được sinh ra từ trí thông minh của chúng ta. Thật không may, trí thông minh đôi khi có thể gây ra một trạng thái hoàn toàn không vui cho tâm thức. Trong ý nghĩa này, nó trở thành một nguồn đau khổ khác cho con người. Dù vậy, nhưng cùng lúc tôi vẫn cho rằng xét đến cùng thì chính trí thông minh là công cụ ta có thể dùng để vượt qua tất cả các mâu thuẫn và khác biệt này.

Từ quan điểm đó, trong tất cả mọi chủng loài khác nhau trên hành tinh này thì loài người là kẻ gây rối lớn nhất. Điều đó đã quá rõ ràng. Tôi tưởng tượng nếu trên trái đất này không còn bóng dáng con người, thì tự nó hẳn sẽ được an toàn hơn! Chắc chắn là hàng triệu con vật như cá, gà và các loài thú nhỏ khác sẽ được tận hưởng một sự giải thoát thật sự!

Do đó, điều quan trọng là trí tuệ con người cần được sử dụng theo một cách thức xây dựng. Đây là điểm then chốt. Nếu chúng ta sử dụng khả năng của trí thông minh một cách đúng đắn, thì không chỉ có con người trở nên ít gây hại cho nhau hơn, và ít gây hại hơn cho hành tinh này, mà mỗi một con người riêng lẻ cũng đều sẽ được hạnh phúc hơn. Điều đó nằm trong tầm tay của chúng ta. Việc sử dụng trí tuệ theo cách đúng đắn hay sai lầm là tùy nơi chúng ta. Không ai có thể áp đặt các giá trị của họ lên chúng ta. Làm thế nào để ta học được cách sử dụng khả năng của mình một cách xây dựng? Trước tiên, cần phải nhận biết bản chất của chúng ta, và sau đó, nếu ta có sự quyết tâm thì sẽ có một khả năng thực sự trong việc chuyển hóa lòng người.

Trên cơ sở này, hôm nay tôi sẽ nói về cách thức để mỗi một con người riêng lẻ có thể tìm thấy hạnh phúc, bởi vì tôi tin rằng mỗi cá nhân đều là chìa khóa đối với tất cả những người còn lại. Để thay đổi bất kì cộng đồng nào, sự khởi động phải xuất phát từ mỗi cá nhân. Nếu mỗi cá nhân có thể trở nên một người tốt đẹp, điềm tĩnh và hiền hòa, thì điều này sẽ tự động đem lại một bầu không khí tích cực cho gia đình chung quanh người đó. Khi các bậc cha mẹ là những người tốt bụng, giàu tình cảm, hiền hòa và điềm tĩnh thì nói chung con cái họ cũng sẽ phát triển những cách ứng xử và thái độ như vậy.

Thái độ sống của chúng ta thường chịu ảnh hưởng rối rắm bởi các nhân tố bên ngoài; vậy nên, một phần của vấn đề là phải loại trừ các phiền nhiễu quanh bạn. Môi trường sống, tức hoàn cảnh xung quanh, là một nhân tố rất quan trọng trong việc tạo ra một tâm trạng hạnh phúc. Tuy nhiên, phần còn lại của vấn đề thậm chí còn quan trọng hơn nữa, đó là thái độ tinh thần riêng của mỗi người.

Hoàn cảnh xung quanh có thể không mấy thân thiện, thậm chí có thể là thù nghịch, nhưng nếu thái độ tinh thần trong bạn là đúng đắn, thì hoàn cảnh đó sẽ không khuấy động được sự bình yên bên trong bạn. Ngược lại, nếu thái độ của bạn là không đúng, thì ngay cả khi quanh bạn đều là những người bạn tốt và những điều kiện thuận lợi nhất, bạn cũng không thể có hạnh phúc. Đây là lý do tại sao thái độ tinh thần lại quan trọng hơn các điều kiện bên ngoài. Mặc dù vậy, dường như tôi thấy nhiều người chú tâm hơn đến các điều kiện bên ngoài và không hề lưu ý đến thái độ bên trong của tâm thức. Tôi đề nghị chúng ta nên lưu ý nhiều hơn đến các phẩm tính nội tâm.

Có nhiều phẩm tính quan trọng cho sự yên bình tinh thần, nhưng theo kinh nghiệm ít oi mà tôi đã có được, tôi tin rằng một trong những yếu tố quan trọng nhất là lòng từ bi của con người: một cảm giác quan tâm chăm sóc.

Tôi sẽ giải thích ý nghĩa của lòng từ bi được nói đến ở đây. Thông thường, khái niệm của chúng ta về lòng thương hay tình yêu là chỉ cho cảm giác thân thiết với bạn bè và những người thân yêu. Đôi khi lòng thương cũng mang ý nghĩa của sự thương hại. Điều này không đúng - bất kì sự thương yêu nào liên quan đến việc xem nhẹ người khác đều không phải là thương yêu chân thật. Để trở nên chân thật, lòng thương yêu phải dựa trên cơ sở tôn trọng người khác, và dựa trên nhận thức rằng: những người khác cũng có quyền được hưởng hạnh phúc và vượt qua khổ đau như chính bản thân ta. Trên cơ sở này, ngay khi nhìn thấy người khác đang đau khổ, bạn sẽ phát khởi một cảm xúc chân thành quan tâm đến họ.

Còn về sự thân thiết mà ta cảm nhận đối với bạn bè của mình, điều này thường giống với một sự luyến ái hơn là tình thương. Tình thương chân thật không nên có sự thiên vị. Nếu ta chỉ cảm thấy thân thiết với các bạn mình, và không cảm thấy như vậy với những kẻ thù của ta; hay với vô số những người mà tự thân ta không hề quen biết, hay với những người ta không quan tâm, thì tình thương của chúng ta chỉ là không trọn vẹn hay thiên vị.

Như đã nói, tình thương chân thật được dựa trên nhận thức rằng người khác cũng có quyền được hạnh phúc như chính bạn, và do đó, ngay cả kẻ thù của bạn cũng là một con người với sự mong muốn và quyền được hưởng hạnh phúc giống như bạn. Một ý thức quan tâm được phát triển trên sơ sở này, ta gọi là từ bi; nó rộng mở đến mọi người, bất kể thái độ của người đó đối với bạn là thù địch hay thân thiện.

Một phương diện của lòng từ bi là ý thức luôn có trách nhiệm quan tâm đến người khác. Khi ta phát triển sự thôi thúc này trong lòng, sự tự tin của ta sẽ tự nhiên gia tăng. Điều này lại sẽ làm giảm bớt sự lo sợ, và sự giảm bớt lo sợ là nền tảng cho sự quyết tâm. Khi bạn thật sự quyết tâm ngay từ đầu là sẽ hoàn thành một nhiệm vụ khó khăn, thì ngay cả nếu bạn có thất bại một lần, hai lần, ba lần... cũng không quan trọng. Mục tiêu của bạn rất rõ ràng, nên bạn vẫn sẽ tiếp tục nỗ lực. Thái độ lạc quan và kiên định này là yếu tố then chốt để thành công.

Lòng từ bi cũng đem đến cho ta một nội lực. Một khi lòng từ bi được phát triển, nó sẽ tự nhiên mở ra một cánh cửa nội tâm, qua đó ta có thể giao tiếp với mọi con người, và ngay cả với những chúng sinh hữu tình khác, một cách dễ dàng và chân thành. Mặt khác, nếu bạn cảm thấy căm ghét và ác cảm với người khác, thì có thể họ cũng cảm thấy tương tự như vậy đối với bạn, kết quả là sự ngờ vực và lo sợ sẽ tạo ra một khoảng cách giữa các bạn, làm cho sự giao tiếp trở nên khó khăn. Rồi sau đó bạn sẽ cảm thấy cô đơn và cách biệt. Không phải tất cả thành viên trong cộng đồng của bạn đều có các cảm xúc tiêu cực tương tự đối với bạn, nhưng một số người có thể nhìn bạn theo cách tiêu cực bởi vì chính cảm nhận của bạn.

Nếu bạn nuôi dưỡng các cảm xúc tiêu cực về người khác, nhưng lại mong đợi họ thân thiện với bạn thì thật là vô lý. Nếu muốn bầu không khí quanh mình trở nên thân thiện hơn, trước hết bạn phải tạo ra nền tảng cho điều đó. Cho dù sự đáp ứng của những người khác là tích cực hay tiêu cực, trước hết bạn phải tạo ra được nền tảng của sự thân thiện. Nếu sau đó những người khác vẫn tiếp tục ứng xử với bạn một cách tiêu cực, thì bạn có quyền hành động theo cách thích hợp.

Tôi luôn cố gắng tạo ra một nền tảng thân thiện với mọi người. Chẳng hạn, mỗi khi lần đầu gặp gỡ một người nào đó, tôi thấy không cần đến các lời giới thiệu. Rõ ràng người ấy cũng là một con người. Có lẽ một lúc nào đó trong tương lai, các tiến bộ kĩ thuật có thể đồng nghĩa với việc tôi có thể nhầm lẫn giữa một người máy với một con người, nhưng cho tới nay thì chuyện này chưa từng xảy ra. Tôi nhìn thấy một nụ cười, vài cái răng và đôi mắt... và tôi nhận ra ngay đó là một con người! Trên cơ sở là những con người, về mặt cảm xúc thì tất cả chúng ta đều như nhau, và cơ bản thì về mặt thể chất chúng ta cũng là như nhau, trừ ra sự khác biệt màu sắc. Nhưng cho dù những người Tây phương có tóc vàng hay tóc xanh, hay tóc trắng, cũng đều không thực sự quan trọng. Điểm quan trọng là chúng ta đều giống nhau về mặt cảm xúc. Với sự tin chắc đó, tôi cảm thấy người mới gặp kia là một người anh em đồng loại, và đến gần người đó một cách hoàn toàn tự nhiên. Trong hầu hết các trường hợp, người mới gặp kia sẽ tức thì phản ứng theo cách tương tự, và trở thành một người bạn. Đôi khi tôi thất bại, nhưng khi ấy tôi có quyền tự do phản ứng tùy theo tình huống.

Vì vậy, về cơ bản chúng ta nên tiếp cận người khác một cách cởi mở, thừa nhận mỗi người khác đều là một con người cũng giống như chính ta. Không có nhiều khác biệt giữa tất cả chúng ta!

TỪ BI - CƠ SỞ HẠNH PHÚC CON NGƯỜI

Lòng từ bi tạo nên bầu không khí tích cực một cách tự nhiên, và kết quả là bạn cảm thấy an ổn và hài lòng. Người có lòng từ bi sống ở bất cứ nơi nào thì bầu không khí ở nơi đó luôn được dễ chịu. Ngay cả các loài chó hay chim cũng dễ dàng đến gần người đó. Cách đây chừng 50 năm, tôi thường giữ vài chú chim trong Cung điện Mùa Hạ *Norbulingka* (*Norbulingka Summer Palace*) ở *Lhasa*. Trong số đó có một con vẹt nhỏ. Lúc đó, tôi có một người phục vụ lớn tuổi trông không mấy thân thiện - mắt của ông ta tròn và nghiêm nghị - nhưng ông ta luôn cho chú vẹt này ăn các loại hạt và thức ăn khác. Bởi vậy, mỗi khi người phục vụ sắp đến, chỉ cần nghe tiếng bước chân hay tiếng ho của ông là con vẹt đã tỏ ra phấn khích. Người phục vụ có một thái độ cực kỳ thân thiện với con chim nhỏ đó, và nó cũng đáp ứng một cách đáng ngạc nhiên với ông ta. Có một vài lần tôi cũng cho con chim ăn một ít hạt, nhưng nó không bao giờ tỏ ra thân thiện như thế với tôi. Tôi dùng một cái que khều nó, hy vọng nó sẽ phản ứng khác hơn; nhưng kết quả hoàn toàn xấu đi. Tôi đã dùng sức quá mạnh hơn so với sức chim, và nó đã đáp lại theo cách tương ứng.

Do vậy, nếu bạn muốn có một người bạn chân thật, trước nhất bạn phải tạo ra bầu không khí tích cực quanh mình. Xét cho cùng, chúng ta là những động vật sống cộng đồng và bạn bè là rất quan trọng. Làm thế nào để bạn mang lại nụ cười trên khuôn mặt mọi người? Nếu bạn duy trì sự lạnh lùng và ngờ vực thì điều đó sẽ rất khó. Cũng có thể là nếu bạn có quyền thế và tiền tài thì một số người có thể đến với bạn bằng một nụ cười giả tạo, nhưng một nụ cười chân thật chỉ có thể có được nhờ lòng từ bi mà thôi.

Câu hỏi đặt ra là làm thế nào để phát triển lòng từ bi. Trong thực tế, ta có thể thật sự phát triển một lòng từ bi hoàn toàn không thiên vị hay không? Câu trả lời của tôi là ta chắc chắn có thể làm điều đó. Tôi tin rằng bản chất của con người là hiền lành và từ ái; mặc dù có nhiều người, trước đây cũng như bây giờ, cho rằng bản chất con người về cơ bản là hung hăng. Chúng ta hãy xem xét điểm này.

Vào thời điểm thụ thai, và suốt thời gian ở trong thai mẹ thì trạng thái tinh thần yêu thương và hiền hòa của người mẹ là nhân tố rất tích cực cho sự phát triển của thai nhi. Nếu tâm tư người mẹ bị kích động mạnh sẽ có hại cho thai nhi. Và đó chỉ là điểm khởi đầu của sự sống! Ngay cả trạng thái tinh thần của cha mẹ vào thời điểm thụ thai cũng là quan trọng. Chẳng hạn, nếu một đứa bé được thụ thai bởi sự cưỡng hiếp, thì nó sẽ là một đứa bé ngoài ý muốn, và điều đó thật khủng khiếp. Để việc thụ thai xảy ra tốt đẹp, nó phải xuất phát từ tình yêu chân thật và sự tôn trọng lẫn nhau, không chỉ là sự đam mê cuồng nhiệt. Chỉ có quan hệ tình dục thoáng qua với nhau thì không đủ, hai người cần phải hiểu biết rõ về nhau và tôn trọng lẫn nhau như những con người; đây là cơ sở cho một cuộc hôn nhân hạnh phúc. Hơn thế nữa, hôn nhân tự nó nên là trọn đời, hay ít nhất cũng phải được bền lâu. Cuộc sống nên bắt đầu một cách tốt đẹp trong tình huống như thế.

Sau đó, theo y học thì trong những tuần lễ đầu sau khi sinh nở, bộ não của trẻ sơ sinh vẫn tiếp tục lớn lên. Trong suốt thời kì này, các chuyên gia cho rằng sự vuốt ve là nhân tố rất thiết yếu cho sự phát triển thích hợp của bộ não. Chỉ điều này thôi cũng cho thấy rằng sự lớn lên của riêng thân thể ta cũng đã cần đến sự trìu mến của người khác.

Sau khi sinh, một trong những việc làm đầu tiên của người mẹ là cho con bú, và việc đầu tiên của đứa trẻ là bú sữa mẹ. Dòng sữa thường được xem như là biểu tượng của tình thương. Theo truyền thống, không có sữa thì đứa trẻ không thể sống còn. Thông qua tiến trình bú sữa tạo ra một sự gắn bó thân thiết giữa mẹ và con. Nếu không có sự gắn bó thân thiết đó, hẳn đứa trẻ đã không tìm kiếm bầu vú mẹ, và nếu người mẹ cảm thấy không ưa thích đứa trẻ thì sữa của bà sẽ không tiết ra một cách dễ dàng. Vì thế, dòng sữa hiện hữu cùng với tình thương. Điều này có nghĩa là, hành động đầu tiên trong đời ta - việc bú sữa - là một biểu tượng của tình thương. Tôi luôn được gợi nhớ đến điều này mỗi khi tôi thăm một nhà thờ và nhìn thấy đức Mẹ bồng Chúa *Jesus* còn là một đứa trẻ; hình ảnh ấy đối với tôi là một biểu tượng của tình yêu và sự trìu mến.

Người ta đã biết được rằng trẻ em lớn lên trong các gia đình có sự yêu thương và trìu mến thì phát triển thể chất mạnh khỏe hơn và học giỏi hơn ở trường. Ngược lại, những em sống thiếu tình thương sẽ gặp khó khăn trong sự phát triển thể chất lẫn tinh thần. Những đứa trẻ này cũng cảm thấy khó khăn trong việc bày tỏ tình thương khi chúng lớn lên, và đây là một thảm kịch lớn.

Bây giờ hãy nhìn vào giây phút cuối cùng của cuộc sống - sự chết. Ngay cả ở thời điểm sắp ra đi vĩnh viễn, mặc dù người hấp hối không còn nhận được lợi ích gì nhiều từ bằng hữu, nhưng nếu được vây quanh bởi bạn bè thì tâm thức người ấy có thể trở nên bình thản hơn. Do đó, trong suốt cuộc đời ta, ngay từ lúc khởi đầu cho đến khi nhắm mắt, sự yêu thương trìu mến luôn giữ một vai trò rất quan trọng.

Khuynh hướng yêu thương không chỉ làm cho tâm thức được an ổn và bình thản hơn, mà còn ảnh hưởng đến thể chất một cách tích cực nữa. Ngược lại, sự thù hận, ghen ghét và sợ hãi làm xáo trộn sự yên bình của tâm thức, làm cho ta bị khích động và ảnh hưởng tới cơ thể một cách bất lợi. Ngay cả thể xác ta cũng cần đến sự an bình của tâm thức, và không thích hợp với sự khích động. Điều này cho thấy sự nhận biết giá trị của một tâm thức an ổn là bản chất sẵn có trong chúng ta.

Do vậy, dù một số người có thể không đồng ý, nhưng tôi vẫn thấy rằng, cho dù khía cạnh hung hăng trong bản tính của chúng ta là một phần của đời sống, thì sức mạnh vượt trội trong đời sống vẫn là lòng yêu thương con người. Đây là lý do vì sao ta có thể củng cố và tăng cường nền tảng tốt đẹp ấy, vì đó vốn là bản chất của con người.

Ta cũng có thể tiếp cận tính chất quan trọng của lòng từ bi thông qua sự phân tích lý luận. Nếu tôi giúp đỡ người khác và bày tỏ sự quan tâm đến người đó, thì tự tôi cũng sẽ được hưởng lợi từ điều này. Ngược lại, nếu tôi làm hại những người khác, cuối cùng tôi sẽ gặp rắc rối. Tôi thường nói đùa, với một phần chân thật và nghiêm túc, rằng nếu ta muốn thật sự vị kỷ thì nên vị kỷ theo cách khôn ngoan hơn là vị kỷ một cách dại dột. Trí khôn có thể giúp ta điều chỉnh thái độ trong phương diện này. Nếu sử dụng tốt trí thông minh, ta có thể thấu hiểu được cách thức để đạt được những lợi ích của riêng mình bằng cách sống một nếp sống từ bi. Thậm chí có thể biện luận rằng sống từ bi là vị kỷ một cách tuyệt đối.

Trong trường hợp này, tôi không cho rằng vị kỷ là sai trái. Yêu thương chính mình là thiết yếu. Nếu ta không yêu thương chính mình, làm sao ta có thể yêu thương người khác? Có vẻ như khi một số người nói về lòng từ bi, họ nghĩ rằng điều đó gắn liền với việc hoàn toàn không lưu tâm đến lợi ích của riêng mình - một sự hy sinh các quyền lợi bản thân. Điều này là không đúng. Thật ra, tình yêu chân chính trước hết nên hướng về chính mình.

Nói về "cái tôi" có hai ý nghĩa khác nhau. Một "cái tôi" không ngần ngại hãm hại người khác, đó là tiêu cực và dẫn tới sự rắc rối. "Cái tôi" thứ hai được dựa trên sự quyết tâm, ý chí mạnh mẽ và sự tự tin, và ý nghĩa này của "cái tôi" là rất cần thiết. Không có nó, làm sao ta có thể phát triển sự tự tin cần thiết để thực hiện bất cứ nhiệm vụ nào trong cuộc sống? Tương tự, cũng có hai loại ham muốn. Tuy nhiên, sự thù hận thì bao giờ cũng là tiêu cực và phá hoại sự hòa hợp.

Làm thế nào ta có thể giảm bớt sự thù hận? Thù hận thường theo sau sự giận dữ. Sự giận dữ sinh khởi như là một phản ứng cảm xúc, và dần dần phát triển thành cảm giác thù hận. Phương pháp khéo léo ở đây là, trước tiên phải nhận biết rằng sự giận dữ là tiêu cực. Người ta thường nghĩ rằng sự giận dữ là một phần gắn liền với chúng ta, tốt hơn là biểu lộ nó ra, nhưng tôi cho đây là một sai lầm. Bạn có thể có những phiền hà hay bất bình về quá khứ của mình, và bằng cách biểu lộ sự giận dữ bạn có thể chấm dứt những tâm trạng đó. Điều đó rất có khả năng xảy ra. Tuy nhiên, thông thường thì tốt hơn là nên kiềm chế cơn giận của bạn, và dần dần, năm này sang năm khác, nó sẽ tiêu mất. Theo kinh nghiệm của tôi, cách làm này có hiệu quả tốt nhất khi bạn chấp nhận rằng sự giận dữ là tiêu cực và tốt hơn là không nên có nó. Cách nhìn nhận như thế tự nó sẽ tạo ra một sự khác biệt.

Mỗi khi cơn giận sắp khởi lên, bạn có thể tự rèn luyện để nhìn vào đối tượng gây ra cơn giận theo một cách khác. Bất cứ người hay tình huống nào gây ra cơn giận, xét về cơ bản đều là tương đối; nhìn từ một góc độ, điều đó làm cho bạn giận dữ, nhưng nhìn từ một phương diện khác, bạn có thể phát hiện ra một số điểm tốt đẹp trong đó...

... Có những tình huống khác, chẳng hạn như khi bạn ngã bệnh, càng nghĩ nhiều đến bệnh tình thì sự thất vọng của bạn càng trở nên tồi tệ hơn. Trong trường hợp như vậy, thật là hữu ích nếu bạn so sánh tình trạng của mình với viễn ảnh xấu nhất của căn bệnh, hay với những gì có thể xảy ra nếu bạn mắc phải một căn bệnh nghiêm trọng hơn nữa... Theo phương cách này, bạn có thể tự an ủi bằng cách nhận ra rằng mọi việc có thể đã tồi tệ hơn thế nhiều. Ở đây một lần nữa, bạn tự rèn luyện để nhìn vào tính tương đối của tình huống. Nếu bạn so sánh với điều gì đó tồi tệ hơn rất nhiều thì sự so sánh này sẽ lập tức làm giảm đi sự thất vọng của bạn.

Tương tự, khi những điều khó khăn xảy đến, chúng có thể có vẻ như hết sức ghê gớm khi bạn nhìn chúng một cách cận kề, nhưng nếu bạn tiếp cận cùng một vấn đề từ một góc nhìn rộng mở hơn thì nó sẽ có vẻ nhỏ nhặt hơn. Với các phương pháp này, và bằng cách phát triển một cách nhìn rộng mở hơn, bạn có thể làm giảm bớt sự thất vọng của mình mỗi khi phải đối diện với các vấn đề khó khăn. Bạn có thể thấy rằng cần có sự nỗ lực kiên trì, nhưng khi bạn áp dụng theo cách này thì tính cách giận dữ trong bạn sẽ suy giảm đi. Đồng thời, bạn phát triển thêm lòng từ bi và làm gia tăng tiềm năng tốt đẹp của mình. Bằng việc kết hợp cả hai phương pháp này, một người xấu có thể được chuyển hóa thành một người tốt. Đây là phương pháp được dùng để thực hiện sự chuyển hóa đó.

Thêm vào đó, nếu bạn có lòng tin tôn giáo, điều đó có thể hữu ích trong việc mở rộng những phẩm chất này. Chẳng hạn, Kinh Thánh Tân Ước dạy ta (khi có người đánh vào má bên này, hãy) đưa má bên kia ra, rõ ràng cho thấy sự thực hành nhẫn nhục. Đối với tôi, thông điệp chủ yếu của Kinh Thánh là lòng yêu thương con người và lý do để ta phát triển lòng yêu thương này là vì ta yêu kính Chúa. Tôi hiểu điều này trong ý nghĩa của một tình yêu vô hạn. Những giáo lý như vậy có sức mạnh rất lớn trong việc tăng cường và mở rộng các phẩm chất tốt đẹp của chúng ta. Đạo Phật đưa ra một phương pháp rất rõ ràng. Trước hết, chúng ta cố gắng xem tất cả chúng sinh đều bình đẳng như nhau. Sau đó, chúng ta xem cuộc sống của tất cả chúng sinh đều quý giá như của chính mình, và thông qua điều này, chúng ta phát triển một ý thức quan tâm đến người khác.

Trong trường hợp những người không có lòng tin tôn giáo thì thế nào? Việc tin theo một tín ngưỡng hay không là quyền lựa chọn cá nhân. Vẫn có thể giải quyết mọi việc mà không cần đến tôn giáo, và trong một số trường hợp thì điều đó có thể làm cho cuộc sống trở nên đơn giản hơn! Nhưng khi bạn không có sự quan tâm đến tôn giáo, thì bạn cũng không nên chối bỏ giá trị các phẩm chất tốt đẹp của con người. Khi chúng ta là con người, là thành viên của xã hội con người, ta phải cần đến tình thương con người. Không có tình thương, ta không thể hạnh phúc. Bởi vì tất cả chúng ta đều muốn có hạnh phúc, muốn có một gia đình và bạn bè sống trong hạnh phúc, nên ta phải phát triển lòng từ bi và nhân ái. Điều quan trọng là phải nhận biết rằng có hai cấp độ tinh thần, một là có niềm tin tôn giáo và một là không có niềm tin tôn giáo. Khi không có niềm tin tôn giáo, ta chỉ đơn giản là cố gắng để trở thành một người giàu lòng nhân hậu và tình cảm.

Tưởng cũng nên nhớ rằng, một khi ta nuôi dưỡng thái độ sống từ bi thì tự nhiên sẽ dẫn đến sự bất bạo động. Bất bạo động không phải là một cách nói xã giao, mà chính là lòng từ bi biểu lộ thành hành động. Nếu trong lòng bạn còn có hận thù, thì hành động của bạn thường là bạo động; ngược lại, nếu có lòng từ bi thì hành động của bạn sẽ là bất bạo động.

Như tôi đã nói, chừng nào con người còn trên trái đất này thì vẫn luôn có những quan điểm bất đồng và xung đột. Nếu ta dùng bạo lực để làm giảm các bất đồng và xung đột thì khi ta phải sẵn sàng hứng chịu bạo lực hằng ngày, và tôi nghĩ rằng hậu quả của điều đó thật khủng khiếp. Hơn thế nữa, thực sự không thể xóa bỏ các bất đồng bằng bạo lực. Bạo lực thậm chí chỉ tạo ra thêm những oán hận và bất mãn.

Mặt khác, bất bạo động có nghĩa là đối thoại, tức là dùng ngôn từ để giao tiếp. Và đối thoại có nghĩa là nhân nhượng lẫn nhau: có hàm ý lắng nghe quan điểm của người khác và tôn trọng quyền lợi của họ trong tinh thần hòa giải. Sẽ không có ai giành được 100% thắng lợi, và cũng không có ai phải mất hết tất cả. Đó là phương thức thực tiễn, và trong thực tế đó là phương thức duy nhất. Ngày nay, khi thế giới trở nên ngày càng nhỏ hơn, các khái niệm "chúng ta" và "bọn họ" hầu như đã lỗi thời. Nếu các quyền lợi của chúng ta tồn tại một cách độc lập với quyền lợi của người khác, thì sẽ có thể có kẻ giành được tất cả và có người mất hết tất cả. Nhưng vì trong thực tế tất cả chúng ta đều phụ thuộc lẫn nhau, nên các quyền lợi của ta và của người khác tương quan rất chặt chẽ với nhau. Vậy làm sao bạn có thể giành được 100% thắng lợi? Điều này là không thể được. Bạn buộc phải chia sẻ, mỗi bên một nửa, hay có thể là 6 phần cho bên này và 4 phần cho bên kia! Không dùng đến phương thức chia sẻ này thì sự hòa giải là không thể thực hiện.

Thực tế của thế giới hôm nay cho thấy chúng ta cần tư duy theo cách này. Đây là nền tảng cho phương thức của riêng tôi - phương thức *"trung đạo"*. Người Tây Tạng sẽ không thể giành được 100% thắng lợi, vì dù muốn hay không thì tương lai Tây Tạng cũng phụ thuộc rất nhiều vào Trung Hoa. Do đó, trên tinh thần hòa giải, tôi chủ trương một sự chia sẻ quyền lợi để cho sự tiến bộ thực sự là khả dĩ. Nhân nhượng lẫn nhau là cách duy nhất. Thông qua phương pháp bất bạo động chúng ta có thể chia sẻ các quan điểm, cảm nhận, quyền lợi, và bằng cách này ta có thể giải quyết được vấn đề.

Đôi khi tôi gọi thế kỉ 20 là thế kỉ của sự giết hại, của chiến tranh. Trong thế kỉ này đã có nhiều xung đột, nhiều sự giết hại và có nhiều vũ khí hơn bao giờ hết. Giờ đây, trên cơ sở kinh nghiệm mà tất cả chúng ta đã trải qua trong thế kỉ này, và trên cơ sở những gì chúng ta đã học được từ đó, tôi nghĩ rằng chúng ta nên hướng về thế kỉ 21 như là thế kỉ của sự đối thoại. Nguyên tắc bất bạo động nên được thực hành ở khắp mọi nơi. Điều này không thể thành tựu đơn giản chỉ bằng cách ngồi đây cầu nguyện, mà có nghĩa là phải hành động và nỗ lực, và nỗ lực nhiều hơn nữa.

Xin cảm ơn các bạn!

PHỤ LỤC 2: CÁC QUÁN CHIẾU PHẬT GIÁO

Tiến sĩ B. Alan Wallace

Do sự lược yếu một cách bất thường của Hội nghị *Tâm thức và đời sống* (Mind and Life Conference) này,[1] chỉ kéo dài trong 2 ngày thay vì 5 ngày như mọi cuộc hội nghị khác trong cùng loạt này,[2] *Robert Livingston* đã đề nghị tôi viết một bài tóm lược cung cấp thêm về toàn cảnh và giải thích rõ hơn các đề tài Phật giáo được đức *Dalai Lama* nêu ra

---

[1] Nội dung cuộc hội thảo này được ghi lại trong tập sách Consciousness at the Crossroads, do Snow Lion Publications (Ithaca, New York) ấn hành. Phần phụ lục này là chương thứ 15, cũng là chương cuối cùng của tập sách, được chúng tôi chuyển dịch sang Việt ngữ với sự cho phép chính thức của Tiến sĩ B. Alan Wallace. (ND)

[2] Đây là một loạt hội thảo với cùng chủ đề chính là Tâm thức và đời sống (Mind and Life) và cùng có sự tham dự của các nhà khoa học hàng đầu thế giới về các chuyên ngành liên quan như Tâm lý học, Thần kinh học... cùng với các nhà Phật học mà đại diện là đức Dalai Latma và các vị Lạt-ma cao cấp khác. Cuộc hội thảo đầu tiên trong loạt này được tổ chức vào tháng 10 năm 1987, lần thứ 2 vào tháng 10 năm 1989, lần thứ 3 vào năm 1991, lần thứ 4 vào năm 1993. Nội dung các cuộc hội thảo này được ghi lại thành sách và đã phát hành những năm sau đó. Quý vị có thể tìm đọc các bản Anh ngữ với nhan đề: Gentle Bridges: Conversations with the Dalai Latma, Consciousness at the Crossroads, Healing Emotions, Sleeping, Dreaming and Dying. (ND)

trong cuộc hội nghị này. Những gì trình bày sau đây là sự cố gắng của tôi để đáp ứng sự mong mỏi đó, chủ yếu là đề khởi một số quan điểm Phật giáo nhất định về vấn đề *thân-tâm*, và ở một vài chỗ cũng xem lại các xác quyết của khoa học hiện đại dưới ánh sáng của thế giới quan Phật giáo. Động cơ việc làm của tôi không phải nhằm chứng minh sự vượt trội của quan điểm này so với quan điểm kia, mà là để mở ra cho các nhà khoa học cũng như Phật học những con đường mới trong việc nghiên cứu lý thuyết và kinh nghiệm. Bởi vì tôi tin rằng, hiện nay ngày càng có nhiều người giống như tôi, đều cảm thấy rằng khoa thần kinh học hiện đại và Phật giáo có rất nhiều điều để học hỏi lẫn nhau, không bên nào nắm giữ phương cách duy nhất để khám phá bản chất thực sự của tâm thức hay cơ thể.

SỰ THẬT VỀ KHỔ ĐAU

Tứ diệu đế được biết đến trong vai trò tổng thể như là một cấu trúc nền tảng của Phật giáo. Tất cả các phần giáo lý và thực hành của đạo Phật đều được trình bày trong phạm vi nội dung của bốn chân lý này, cụ thể là sự thực về khổ đau, sự thực về các nguồn gốc của khổ đau, sự thực về chấm dứt khổ đau và những nguyên nhân tiềm ẩn của nó, và cuối cùng là sự thực về con đường để đạt tới sự chấm dứt đó. Những lời dạy của đức

PHỤ LỤC 2: CÁC QUÁN CHIẾU PHẬT GIÁO

Phật về bốn chân lý này là: người ta nên nhận biết được sự thực về khổ đau, loại trừ các nguồn gốc của khổ đau, hoàn tất sự chấm dứt khổ đau, và nương theo con đường dẫn tới sự chấm dứt hoàn toàn mọi khổ đau.

Phật giáo nhận diện hai loại khổ đau: thể xác và tinh thần. Hai loại này không đồng nhất, bởi vì về mặt thể nghiệm rõ ràng là người ta có thể khó chịu về thể xác - chẳng hạn như trong lúc tham gia rèn luyện thể chất rất căng thẳng - nhưng lại phấn khởi về mặt tinh thần; và ngược lại, người ta cũng có thể bấn loạn tinh thần trong lúc đang được thoải mái về thể xác. Điều này lập tức gợi lên vấn đề về mối quan hệ giữa thân thể và tâm thức. Chúng ta có các nền tảng chắc chắn để không đánh giá một cách đơn giản các mức độ lành mạnh của tinh thần và thể chất là như nhau; và sự thật đó hàm ý một kiểu *nhị nguyên cảm tính* giữa thân và tâm. Chủ trương *nhị nguyên* như vậy được Phật giáo chấp nhận một cách rõ ràng và không có nguyên do nào được trình bày trong hội nghị này về việc tại sao điều đó lại bị bác bỏ bởi khoa thần kinh học hiện đại.

Nhị nguyên cảm tính có thể được bao gồm trong phạm trù rộng lớn hơn của cái khả dĩ được cho là *nhị nguyên kinh nghiệm*: Những kinh nghiệm của chúng ta về các hiện tượng vật lý khách quan hoàn toàn khác với những kinh nghiệm về các hiện tượng tinh thần chủ quan.

Một sự kiện như quả táo rơi xuống từ trên cây, hay một sự vật như bản thân trái táo, có vẻ như hoàn toàn khác hẳn với sự thất vọng hay kinh nghiệm tự tin. Tương tự, có sự khác biệt đáng kể về mặt kinh nghiệm giữa việc quan sát các tiến trình não một cách khách quan với việc theo dõi các tiến trình tinh thần một cách chủ quan. Việc quan sát tiến trình não có những vị trí cụ thể và bao gồm các thực thể vật chất có hình dáng, màu sắc, khối lượng, và nhiều thuộc tính vật lý khác. Các tiến trình tinh thần dường như thiếu hẳn các thuộc tính vật lý đó, trong khi lại có một số tính chất riêng biệt không thấy rõ trong các tiến trình não. Các nhà tu hành Phật giáo đã quan sát tâm thức trong nhiều thế kỷ nhưng không hình thành lý thuyết nào về não bộ, sự thật đó hàm ý rằng tri kiến quán chiếu nội tâm không cần thiết phải soi rọi bất cứ chút ánh sáng nào vào não bộ. Cũng vậy, việc nghiên cứu riêng về não bộ - độc lập với tất cả các khoản thể nghiệm về ngôi danh xưng thứ nhất của các trạng thái tinh thần - không nhất thiết tạo ra bất cứ hiểu biết nào về hiện tượng tinh thần. Như vậy, chủ trương nhị nguyên kinh nghiệm bảo lưu rằng các hiện tượng tinh thần và vật lý dường như là khác nhau về mặt thể nghiệm. Điều này được chấp nhận bởi Phật giáo cũng như bởi ít nhất một số nhà khoa học trong hội nghị này.

Chủ trương *nhị nguyên kinh nghiệm* cũng

PHỤ LỤC 2: CÁC QUÁN CHIẾU PHẬT GIÁO

bao gồm điều có thể được gọi là *nhị nguyên nhân quả*, bởi vì hệ thống *thân-tâm*, theo cách nói của *Allan Hobson*, "*rõ ràng là chấp nhận hai kiểu can thiệp khác nhau: sự can thiệp về mặt sinh học và sự can thiệp về mặt nhận thức*". *Lewis Judd* tán thành như vậy khi nhận xét rằng "*có bằng chứng là có thể có một hiệu ứng tổng hợp giữa tâm lý dược học và các dạng đặc biệt của tâm lý trị liệu*". Bởi vì với sự kết hợp của cả hai phương pháp, tỉ lệ giảm nhẹ của trạng thái suy nhược lâm sàng là cao hơn so với người chỉ được điều trị riêng bằng thuốc. Thêm vào đó, Phật giáo cho rằng tâm thức chịu ảnh hưởng và cũng đồng thời tạo ra ảnh hưởng đối với cả hiện tượng tinh thần và hiện tượng vật lý.

Ta sẽ làm gì với chủ trương *nhị nguyên thân-tâm* được công nhận rộng rãi trong Phật giáo và khoa học hiện đại? Quan điểm của *Trung quán tông*, được ngài *Dalai Lama* tán thành và được xem là đỉnh cao của triết học Phật giáo Tây Tạng, cho rằng con người có xu hướng bẩm sinh cụ thể hóa cả nội dung của kinh nghiệm cũng như chính mình như là chủ thể đang kinh nghiệm. Theo quan điểm này, trong khi việc nhận biết sự khác biệt hiển nhiên giữa các sự kiện tinh thần và vật lý là hữu ích trong các cách thức trên, thì việc kết luận rằng thiên nhiên tự nó - không phụ thuộc vào các cấu trúc nhận thức của chúng ta - đã tạo ra một ranh giới tuyệt đối nào đó giữa các hiện tượng tinh thần và vật lý lại là một sai lầm sâu sắc. Do đó, quan điểm *Trung quán* dứt khoát bác bỏ chủ trương *nhị nguyên thực thể* của *Descartes*, là chủ trương đã từng bị các nhà thần kinh học đương thời công khai phê phán. Những người theo *Trung quán tông* hoặc những người ủng hộ quan điểm này nêu rõ rằng: Nếu tâm và thân mỗi cái đều tự nó tồn tại - không phụ thuộc vào các danh xưng theo khái niệm - thì hẳn chúng đã không bao giờ tương tác với nhau. Do đó, có sự không tương hợp sâu sắc giữa những gì được nhìn thấy và thực tại: trong khi tâm thức và vật chất dường như vốn dĩ là hai kiểu khác nhau của "*dạng*" tồn tại độc lập, thì những vẻ ngoài như vậy lại là sai lệch; điều này chỉ trở nên rõ ràng qua sự phân tích bản thể học về bản chất của cả hai loại hiện tượng.[1]

---

[1] Điều này không phủ nhận việc trên bình diện tương đối hay theo truyền thống Trung quán tông quả thật có thừa nhận sự phân cách giữa các hiện tượng tinh thần và vật chất. Tuy nhiên, theo quan điểm của Phật giáo Mật tông được chấp nhận bởi đức Đạt-lai Lạt-ma và hầu hết các nhà Phật học Tây Tạng khác, thì sự phân cách này không rõ rệt như sự phân cách giữa các thực thể hữu tình và vô tình. Điều này là do tất cả các sự kiện tinh thần về cơ bản đều sinh khởi từ "năng lượng cực vi tế của tâm thức" (tiếng Tây Tạng là *shin tu phra ba'i rlung sems*), vốn là một thực thể nguyên sơ gồm đủ các tính chất vật lý và nhận thức. Thế giới vật thể cũng được cho là sự biểu hiện sáng tạo (Tiếng Tây Tạng là *rtsal* hay *rol pa*) của cùng một năng lượng tâm thức này. Vì thế, theo *Kim cương thừa* thì sự khác biệt ước lệ giữa tâm thức và vật chất chính là dựa trên một sự thống nhất về cơ bản.

PHỤ LỤC 2: CÁC QUÁN CHIẾU PHẬT GIÁO

Sự khó khăn trong việc đưa ra bất cứ giải thích nào về sự tương tác nhân quả giữa thân và tâm nếu cả hai được xem là những "sự vật" thực hữu và tách biệt đã được nêu ra một cách rõ ràng trong hội nghị này, và đó là lý do chủ yếu giải thích tại sao đại đa số các nhà thần kinh học đã chấp nhận một quan điểm vật lý về tâm thức. Từ cách nhìn của Phật giáo, trong khi bước này giải tỏa được sự cần thiết của bất kỳ một cơ chế nhân quả nào liên hệ giữa một tâm thức phi vật thể với não bộ, thì nó lại có khuyết điểm là không soi rọi được chút ánh sáng nào vào bản chất thực sự hay những nguồn gốc của ý thức.

Quả thực, dù thần kinh học hiện đại đã khám phá nhiều thành tố của bộ não và các tiến trình thần kinh cần thiết cho việc tạo ra các tiến trình ý thức cụ thể, nhưng khoa học này không những không đưa ra được sự giải thích thuyết phục nào về bản chất của ý thức, mà họ cũng không có bất cứ phương thức khoa học nào để nhận biết được sự hiện hữu hay vắng mặt của ý thức trong bất kì một loài sinh vật nào cả. Nhiều năm sau cuộc hội nghị này, tôi vẫn không nghe có thêm sự giải thích sáng tỏ nào của các nhà duy vật về ý thức, ngoài những gì đã nêu ra ở đây, nói rõ hơn, họ cho rằng đó chỉ hoàn toàn là một điều kiện tự nhiên của bộ não được hoạt hóa. Tôi cũng không nghe được gì thêm về nguồn gốc của ý thức ngoài phát biểu rằng ý thức là một cái gì đó sinh khởi khi có đủ các tế bào thần kinh cùng với các nối kết đủ phức tạp để hỗ trợ hoạt động nhận thức. Những trình bày đó không thực sự giải thích được gì, và hầu như không thể xem là các lý thuyết khoa học, vì chúng không thích hợp cho cả việc kiểm nhận hay bác bỏ kinh nghiệm.

Trung quán tông không chỉ bác bỏ quan điểm rằng tâm thức là một cái gì đó tự hữu, mà họ cũng phủ nhận một cách tương tự việc cho rằng các hiện tượng vật lý như ta thể nghiệm và nhận thức về chúng là các sự vật tự tồn; thay vì vậy, các hiện tượng vật lý được cho là tồn tại trong mối quan hệ với các nhận thức và quan niệm của ta. Những gì ta nhận thức chắc chắn có quan hệ với các kiểu cách cảm nhận của ta trong việc quan sát, và các cách thức ta nhận hiểu về các hiện tượng chắc chắn có liên hệ tới những quan niệm và ngôn ngữ của ta.

Khi phủ nhận sự tồn tại độc lập của tất cả mọi hiện tượng làm nên thế giới kinh nghiệm của chúng ta, quan điểm *Trung quán* tách rời khỏi cả chủ nghĩa *nhị nguyên thực thể* của *Descartes* lẫn chủ nghĩa *đơn nguyên thực thể* - tức là chủ nghĩa duy vật - đó là đặc tính của khoa học hiện đại. Chủ nghĩa duy vật đề xuất bởi nhiều nhà khoa học đương thời dường như khẳng định rằng thế giới thực được cấu thành bởi các thực thể vật lý tự hữu, trong khi tất cả các hiện tượng tinh thần được xem như chỉ hoàn toàn là những sự

PHỤ LỤC 2: CÁC QUÁN CHIẾU PHẬT GIÁO

trình hiện, không có bất kì thực thể nào trong đó và thuộc về chúng. Rất nhiều luận điểm được hình thành từ sự khác biệt này giữa các trình hiện và thực tại.

Quan điểm *Trung quán* cũng nhấn mạnh sự khác biệt giữa các trình hiện và thực tại, nhưng theo một cách hoàn toàn khác. Quan điểm này cho rằng tất cả các hiện tượng tinh thần và vật lý mà ta kinh nghiệm xuất hiện như thể là chúng tồn tại trong nhau và thuộc về nhau, hoàn toàn không phụ thuộc vào kiểu cách hay nhận thức và quan niệm của chúng ta. Chúng có vẻ như là những sự vật tự hữu, nhưng trong thực tại chúng tồn tại như là các sự kiện có liên hệ phụ thuộc. Sự phụ thuộc của chúng có 3 tầng:

1. Các hiện tượng khởi lên trong sự phụ thuộc vào các ảnh hưởng nhân quả ngay trước đó,

2. Chúng tồn tại phụ thuộc vào các thành phần và (hoặc là) các thuộc tính của riêng chúng,

3. Các hiện tượng tạo nên thế giới kinh nghiệm của chúng ta phụ thuộc vào sự định danh ngôn ngữ và quan niệm của chúng ta về chúng.

Về mặt trực giác, sự phụ thuộc ba tầng này không rõ rệt, vì chúng bị che giấu bởi sự trình hiện của các hiện tượng như là có khả năng tự tồn và không phụ thuộc vào sự định danh theo khái niệm. Dựa trên những trình hiện sai lệch này, cũng là điều hoàn toàn tự nhiên khi nghĩ về các hiện tượng, hay nắm bắt chúng về mặt khái niệm, như là những sự vật tự xác định mình trong chính toàn thể ấy. Xu hướng này được biết tới như là sự *vật thể hóa*, và theo quan điểm *Trung quán*, đây là một sự sai lầm bẩm sinh tạo ra nền tảng cho vô số các phiền não tinh thần. Sự *vật thể hóa* tách rời mọi sự vật ra khỏi toàn cảnh, nhìn các hiện tượng mà không hề xem xét tới mối quan hệ nhân quả làm sinh khởi chúng, và cũng không xem xét tới những phương thức quan sát và hình thành khái niệm cụ thể được sử dụng để nhận biết chúng. Tên gọi *Trung quán* được hình thành là vì quan điểm này cố tránh khỏi hai phía cực đoan: một bên là vật thể hóa các hiện tượng và một bên là phủ nhận sự tồn tại của chúng.

Theo quan điểm *Trung quán*, các sự kiện tinh thần cũng có thực *tính không* khác gì so với các sự kiện vật lý. Trong kinh nghiệm tri giác thông thường của chúng ta, quả thật có những kiểu khác biệt giữa các hiện tượng vật lý và tinh thần. Trong khi các hiện tượng vật lý thường có khối lượng, vị trí, vận tốc, hình dáng, kích cỡ, và nhiều thuộc tính vật lý khác, thì những điều này nói chung không phải là đặc tính của các hiện tượng tinh thần. Chẳng hạn, ta thường không nhận biết được tình cảm yêu mến của một người đối với người khác như là có khối lượng hay vị trí. Những thuộc tính vật lý này cũng không hợp với các hiện tượng tinh thần khác như là sự buồn bã, một hình ảnh được nhớ lại từ thời thơ ấu, hình dung của một đóa hồng, hay ý thức về bất cứ điều gì. Do đó, các hiện tượng tinh thần không được xem như là vật thể, bởi lẽ đơn giản là chúng không có nhiều thuộc tính là đặc tính chỉ có ở các hiện tượng vật lý. Do đó, Phật giáo chưa từng chấp nhận các nguyên lý vật lý chỉ xem các vật thể vật lý mới là có thực. Trở lại với *Chân lý thứ nhất*, cả những khổ đau thể chất và tinh thần đều được thừa nhận, nhưng theo quan điểm *Trung quán*, chúng đều không tồn tại như là những sự kiện *tự hữu*, và do đó, tính *nhị nguyên* giữa chúng là một bản tính tương đối, không phải tuyệt đối.

SỰ THẬT VỀ NGUỒN GỐC CỦA KHỔ ĐAU

Cũng giống như việc thừa nhận hai loại khổ đau - thể chất và tinh thần - Phật giáo cũng xác nhận sự tồn tại của cả hai loại ảnh hưởng tinh thần và thể chất là nguyên nhân làm sinh khởi đau khổ. Chẳng hạn, các tổn thương vật lý tạo ra đau đớn về thể chất và cũng có thể gây hậu quả thống khổ về tinh thần. Mặt khác, các thái độ nhất định như là kiêu ngạo, thiếu tự tin, thèm muốn, thù địch và ghen tức cũng có thể gây ra sự khổ não về tinh thần, và những thúc bách tinh thần này cũng có thể dẫn người ta tới các hành vi tạo ra sự đau đớn thể xác. Cũng có điều rõ ràng là những đau ốm và tổn thương thể chất không nhất thiết gây hậu quả buồn đau về tinh thần - chúng không gây hậu quả như thế cho tất cả mọi người bất cứ khi nào có các sự kiện vật lý như vậy xảy ra - và những đau khổ tinh thần cũng có thể sinh khởi ngay cả khi không có bất kì ảnh hưởng vật lý rõ rệt nào. Chẳng hạn, người ta có thể cảm thấy buồn khổ sâu sắc vì không nhận được một cuộc điện thoại từ ai đó. Điều này không có ý nói là không có các mối tương quan sinh lý học thần kinh với trạng thái buồn khổ như thế - nghĩa là không có các sự kiện não bộ có thể là cần thiết cho sự sinh khởi trạng thái buồn khổ đó - nhưng không có bằng chứng cho thấy các tiến trình vật lý là những nguyên nhân chính yếu gây ra sự đau buồn của một người. Thật ra, Phật giáo Tây Tạng xác nhận rằng tất cả những trạng thái tinh thần mà con người trải nghiệm quả là có các tương quan sinh lý trong cơ thể, nhưng không hạ thấp các trạng thái tinh thần được thể nghiệm một cách chủ quan thành các trạng thái cơ thể thuần túy khách quan.

Đức *Dalai Lama* đã nhiều lần khẳng định rằng, nếu các yếu tố nào trong Phật học, bao gồm cả quan điểm Trung quán, bị bác bỏ một cách thuyết phục bởi các chứng cứ thực nghiệm mới hay lập luận vững chắc, thì những yếu tố đó phải

PHỤ LỤC 2: CÁC QUÁN CHIẾU PHẬT GIÁO

bị loại bỏ. Nhiều nhà thần kinh học ngày nay cho rằng các tiến trình tinh thần thực ra không gì khác hơn là các tiến trình não bộ: Tất cả các hiện tượng tinh thần hoặc là đồng nhất với các sự kiện não bộ hoặc hoàn toàn được tạo ra bởi chúng và không hề có sự tồn tại tách biệt với các sự kiện não bộ. Quan điểm này không tương hợp với Phật giáo, vậy nên nếu có các lập luận thuyết phục để chấp nhận nó thì Phật học cần phải được xem xét lại một cách tương ứng.

Sự phát triển liên tục về số lượng các khám phá thần kinh học về sự tương ứng giữa các tiến trình tinh thần nhất định với các sự kiện thần kinh cụ thể có thể được diễn dịch hợp lý theo một trong hai cách. Thứ nhất, chứng cứ này có thể gợi ý rằng các tiến trình tinh thần là đồng nhất hay ít ra cũng là đi kèm với các tiến trình não tương ứng. Nếu đúng vậy thì đây có thể xem là chứng cứ hỗ trợ cho quan điểm duy vật rằng tâm thức chỉ đơn thuần là một chức năng của não bộ, nhưng chắc chắn đây không phải là kết luận hợp lý duy nhất có thể rút ra từ chứng cứ này. Cách diễn dịch khác là, các tương ứng như thế giữa các tiến trình tinh thần và thần kinh có thể biểu thị rằng các tiến trình tinh thần xảy ra trong sự phụ thuộc vào các tiến trình não. Điều này gợi ý về một mối quan hệ nhân quả giữa hai loại hiện tượng, để ngỏ khả năng có thể có những nguyên nhân khác - có thể là một bản chất nhận thức phi vật lý - vốn là cần thiết cho việc tạo ra các tiến trình tinh thần.

Kinh nghiệm tri giác thông thường cho thấy rằng các sự kiện tinh thần và vật lý gây ra các ảnh hưởng nhân quả tác động lẫn nhau. Từ lâu ta đã biết rằng các kích thích vật lý từ môi trường và thân thể của chúng ta ảnh hưởng đến các nhận thức, tư duy và cảm xúc. Và các hoạt động tinh thần - bao gồm chính các nhận thức, tư duy, và cảm xúc đó - lại ảnh hưởng đến cơ thể. Phật giáo xem các hỗ tương nhân quả như thế chỉ là giá trị bề mặt; cả tác nhân vật lý lẫn tinh thần đều không được loại trừ dựa vào bất cứ giả thiết suy luận nào. Phật giáo xem các sự kiện tinh thần thể nghiệm một cách chủ quan như là *phi vật thể* trong ý nghĩa rằng chúng không tạo thành từ các hạt tử vật chất; và xem các sự kiện vật lý như là *phi tinh thần* trong ý nghĩa rằng chúng không thuộc về bản chất nhận thức. Theo như kiểu giới hạn của chủ trương nhị nguyên này, thì loại cơ chế vật lý nào có thể giải thích cho sự tương tác nhân quả giữa hai loại hiện tượng này? Câu hỏi này giả định rằng tất cả các nguyên nhân đều đòi hỏi phải có cơ chế vật lý, nhưng giả định này chưa từng được các nhà Phật học nêu ra.

Với tôi, không có bằng chứng cho thấy ngành vật lý đương thời bác bỏ quan điểm nhị nguyên giới hạn đưa ra bởi quan điểm *Trung quán*. Vũ trụ học hiện đại gợi ý rằng thế giới vật lý có thể

PHỤ LỤC 2: CÁC QUÁN CHIẾU PHẬT GIÁO

đã từng hình thành từ chính không gian, vốn không bao gồm các hạt tử vật chất và do đó là *phi vật thể* trong ý nghĩa của từ ngữ này theo Phật giáo như vừa nói trên. Nhiều nhà vật lý giờ đây cũng xem thời gian là rất giống như một chiều của không gian, và ngay cả năng lượng tự nó cũng không nhất thiết là một thực thể vật chất hoàn toàn khách quan. Trong khi nguyên lý bảo toàn năng lượng đã từng được các nhà thần kinh học thừa nhận như một định luật vật lý loại trừ bất cứ ảnh hưởng phi vật thể nào trong thế giới vật lý, thì *Richard Feynman* (bản thân là một nhà vật lý nổi tiếng)[1] chỉ ra rằng đây là một nguyên lý toán học và không phải sự mô tả một cơ chế hay bất kì điều gì cụ thể. Ông nói thêm rằng, trong vật lý học ngày nay, chúng ta hoàn toàn không biết năng lượng là gì,[2] để ngỏ khả năng - như các nhà *Trung quán* đề xuất - rằng năng lượng theo như ta nhận thức không phải là một cái gì tồn tại hoàn toàn khách quan như một thực thể vật lý độc lập. Do nơi khả năng chuyển đổi giữa khối lượng và năng lượng, điều này cũng làm nảy sinh những vấn đề lý thú về trạng thái bản chất của vật chất.

---

[1] Richard P. Feynman (1918-1988), nhà vật lý người Mỹ, đoạt giải Nobel Vật lý vào năm 1965 Nobel cùng với một người Mỹ khác là Julian S. Schwinger và một người Nhật là Tomonaga Shin'ichiro. (ND)

[2] Xem *The Feynman Lectures on Physics* (Reading, Mass.: Addison-Wesley, 1963), trang 42, tác giả R. P. Feynman, R. B. Leighton và M. Sands.

TỨ DIỆU ĐẾ

Euan Squires, một nhà vật lý lý thuyết đương đại, xác nhận một cách dứt khoát rằng các định luật bảo toàn của vật lý không nên được dùng như nền tảng vững chắc để bác bỏ giả thuyết nhị nguyên về tâm thức và vật chất.[1] Trước khi có công trình của *Newton*,[2] các nhà vật lý đã tin rằng tất cả các lực chỉ hoàn toàn là các hiệu ứng "đẩy xa ra hoặc hút lại gần" của các vật thể vật chất, nhưng định luật hấp dẫn lực của *Newton* nói ngược lại rằng, sự có mặt của một vật thể ở một nơi có thể gây ra ảnh hưởng đến một vật thể khác trong khoảng cách rất xa tùy ý, mà không cần đến sự can thiệp của bất cứ phương tiện hay cơ chế nào. Do đó, *Squires* chỉ ra rằng, *"chủ trương vật chất"* theo cách hiểu hẹp nhất đã kết thúc vào thế kỉ 17. Tương tự, cho đến cuối thế kỉ 19, hầu hết các nhà khoa học đều nhìn thế giới theo quan điểm chủ nghĩa vật chất cơ giới, vốn đòi hỏi một phương tiện vật chất cho sự truyền ánh sáng. Nhưng nguyên lý cơ học này cũng trở nên lỗi thời khi *Maxwell*[3] chứng minh bằng toán học rằng không hề cần đến phương

---

[1] Xem Conscious Mind in the Physical World (Bristol: Adam Hilger, 1990), trang 22, tác giả Euan Squires.

[2] Isaac Newton (1642-1727), người Anh, là nhà vật lý, toán học và triết học tự nhiên, được xem là một trong các nhà khoa học vĩ đại nhất từ trước đến nay. (ND)

[3] James Clerk Maxwell (1831-1879), nhà vật lý người Anh, nổi tiếng với công trình nghiên cứu về mối quan hệ giữa ánh sáng và sóng điện từ. (ND)

PHỤ LỤC 2: CÁC QUÁN CHIẾU PHẬT GIÁO

tiện vật chất nào cả. Và *Michelson*[1] và *Morley* chứng minh bằng thực nghiệm sự không có mặt của bất kì chứng cứ vật lý nào cho một phương tiện như thế. Do đó, nguyên lý cơ học cổ điển đã bị đào thải trong thế kỉ 19 và thậm chí càng bị chôn sâu bởi các khám phá trong lĩnh vực cơ học lượng tử của thế kỉ 20.[2] Trong những thí dụ nêu trên, các giả định dựa vào sự suy đoán đã bị loại bỏ bởi những tiến bộ về tri thức trong tinh thần thẩm vấn khoa học cao nhất.

Trở lại với sự giải thích của Phật giáo về các tác động qua lại giữa thân và tâm, nếu các tiến trình tinh thần và vật lý không ảnh hưởng đến nhau bằng vào một cơ chế nào đó, vậy làm thế nào chúng tương tác với nhau? Phật giáo mở đầu bằng việc xác nhận giá trị của kết luận dựa theo tri giác thông thường rằng các hiện tượng tinh thần và vật chất có ảnh hưởng lẫn nhau - điều mà các nhà khoa học trong hội nghị này cũng hoàn toàn thừa nhận. Sự thừa nhận này dựa trên cơ sở sự giải thích rất rõ ràng của Phật giáo về quan hệ nhân quả: A chỉ có thể được xem là nguyên nhân của B nếu (1) A xuất hiện trước B và (2) khi sự xuất hiện của A bị ngăn chặn thì

---

[1] Albert A. Michelson (1852-1931), nhà vật lý người Mỹ gốc Đức, đoạt giải Nobel Vật lý năm 1907. (ND)

[2] Tôi (Tiến sĩ Alan Wallace) đã khảo sát toàn diện chủ đề này từ quan điểm Phật giáo trong sách Choosing Reality: A Buddhist View of Physics and the Mind. (Ithaca, Snow Lion, 1996).

sự xuất hiện của B cũng bị ngăn chặn. Như vậy, lý thuyết hiện tượng nhân quả này không nhất thiết đòi hỏi phải có một cơ chế.

Như đức *Dalai Lama* đã chỉ ra, có một sự phân chia thành hai lớp đơn giản của quan hệ nhân quả và điều đó liên quan chặt chẽ đến bản chất của ý thức. A có thể là nguyên nhân chính yếu của B, trong trường hợp nó thực sự chuyển dạng thành B, hay A có thể là nguyên nhân phối hợp của B, trong trường hợp nó góp phần cho sự xuất hiện của B nhưng không chuyển dạng thành B. Vậy, nếu các trạng thái tinh thần thực sự không gì khác hơn là các trạng thái não bộ, thì không có vấn đề gì trong việc khẳng định các sự kiện sinh lý thần kinh trước đó chuyển dạng thành các trạng thái tinh thần, và vì thế có vai trò như là các nguyên nhân chính yếu của các trạng thái tinh thần đó. Nhưng để kết luận chắc chắn rằng các sự kiện tinh thần là đồng nhất với những sự kiện thần kinh tương ứng của chúng - hay cho rằng các sự kiện tinh thần đó chỉ đơn giản là một chức năng hay trạng thái của các trạng thái não bộ tương ứng - thì phải chứng minh bằng thực nghiệm rằng cả hai sự kiện xảy ra đồng thời chứ không tiếp nối nhau. Điều này đòi hỏi phải biết được thời điểm chính xác khi một sự kiện tinh thần xảy ra và thời điểm chính xác khi sự kiện thần kinh tương ứng của nó xảy ra, và xác định xem liệu hai thời điểm đó là đồng thời hay tiếp

PHỤ LỤC 2: CÁC QUÁN CHIẾU PHẬT GIÁO

nối nhau. Trong phạm vi kiến thức của tôi thì điều này chưa từng được thực hiện, và tôi cũng không biết phải làm thế nào để thực hiện được điều này với một độ chính xác cần thiết. Nếu các hiện tượng tinh thần được sản sinh từ các hiện tượng thần kinh trước đó, thì cả hai không thể đồng nhất. Trong trường hợp đó, câu hỏi hợp lý có thể đưa ra là: Các tiến trình vật lý giữ vai trò như các nguyên nhân chính yếu hay như những nguyên nhân phối hợp cho các tiến trình tinh thần?

Nếu các sự kiện vật lý trong khi gây ra các hiện tượng tinh thần phi vật lý sẽ chuyển dạng vào các hiện tượng tinh thần đó, thì khối lượng và năng lượng của các sự kiện vật lý đó hẳn phải mất đi trong tiến trình này. Quan điểm này bị bác bỏ bởi cả Phật giáo lẫn khoa học, dù là với những lý lẽ khác nhau. Vì thế, Phật giáo đề xuất rằng các tiến trình vật lý có thể giữ vai trò phối hợp, nhưng không chính yếu, trong việc gây ra các hiện tượng tinh thần. Trong khi đó, các sự kiện vật lý thường giữ vai trò như nguyên nhân chính yếu của những sự kiện vật lý tiếp theo sau. Nhưng điều này làm nảy sinh câu hỏi: Nếu các tiến trình vật lý liền trước đó chỉ giữ vai trò như các nguyên nhân phối hợp, thì điều gì là nguyên nhân chính yếu của các sự kiện tinh thần, nếu có? Còn nếu các tiến trình tinh thần không có nguyên nhân chính yếu, thì điều này sẽ hàm ý rằng chúng khởi lên không từ đâu cả. Phật giáo bác bỏ khả năng này, cũng giống như đã bác bỏ quan điểm cho rằng các sự kiện vật lý có thể khởi lên không từ đâu cả.

Kết luận của Phật giáo là: các sự kiện tinh thần xảy ra trước giữ vai trò như các nguyên nhân chính yếu của các sự kiện tinh thần theo sau. Đôi khi, một số trạng thái tinh thần nhất định chuyển sang trạng thái tiềm tàng, chẳng hạn như nhãn thức[1] tiềm ẩn khi ta ngủ. Nhưng dòng tương tục của tâm thức thì không bao giờ mất đi và cũng không bao giờ khởi lên không từ đâu cả.

Toàn bộ nền Phật học đều liên quan đến việc nhận diện bản chất và nguồn gốc của đau khổ cũng như tìm ra các phương thức để loại trừ khổ đau tận cội nguồn của nó. Chủ yếu dựa vào sự khảo sát bằng các phương thức suy nghiệm và luận lý, Phật giáo quan tâm trước nhất đến các phiền não tinh thần, phân biệt với các bệnh tật thể chất, và chú ý tới các nguyên nhân tinh thần

---

[1] Nhãn thức: năng lực nhận biết hình sắc. Phật giáo quan niệm có những năng lực nhận biết khác nhau đối với các đối tượng khách quan, như nhãn thức là năng lực nhận biết hình sắc, nhĩ thức là năng lực nhận biết âm thanh... cùng với tỉ thức (nhận biết mùi hương), thiệt thức (nhận biết vị nếm), thân thức (nhận biết sự xúc chạm), và ý thức (nhận biết các tư tưởng), tạo thành sáu thức (Lục thức), tương ứng với sáu trần (Lục trần), là 6 đối tượng khách quan cửa kể. (ND)

PHỤ LỤC 2: CÁC QUÁN CHIẾU PHẬT GIÁO

của sự đau buồn nhiều hơn là những nguyên nhân vật lý.

Trong việc tìm hiểu các nguyên nhân vật lý của sự đau khổ tinh thần, Phật giáo có rất nhiều điều để học hỏi từ khoa thần kinh học hiện đại. Trong Phật giáo không có điểm nào bác bỏ các ảnh hưởng của di truyền, sự mất cân bằng điện hóa trong não bộ và những loại tổn thương não khác góp phần gây ra các rối loạn chức năng tinh thần, nhưng trước những chứng cứ thuyết phục như thế, người Phật tử có thể nêu ra các câu hỏi như là: Nếu hai người cùng chịu một kiểu rối loạn tinh thần nào đó do di truyền, tại sao một người gục ngã trước căn bệnh còn người kia thì không? Tương tự, hai người cùng hứng chịu các loại chấn thương rất giống nhau, nhưng phản ứng tâm lý của họ có thể rất khác nhau. Sự giới hạn việc theo đuổi các câu hỏi như vậy riêng trong phạm vi các nguyên nhân sinh lý có vẻ như không thỏa đáng, cho dù khuynh hướng siêu hình của người ấy có là gì đi nữa.

Sự xác định một nguyên nhân vật lý của một rối loạn tinh thần không loại trừ khả năng còn có các nhân tố tâm lý quan trọng cũng liên quan đến nó. Vì thế, việc khuyên một người né tránh hay xử lý tốt một số tình huống có thể dẫn tới các vấn đề tinh thần nào đó là lời khuyên đúng đắn. Tuy nhiên, đạo Phật chú trọng nhiều hơn đến việc nhận diện và chữa lành các tiến trình tinh thần nội tâm làm cho một người dễ bị tổn thương bởi những tác động từ bên ngoài như thế. Thay vì cố sức kiểm soát hay tránh né hoàn cảnh bên ngoài, đạo Phật nhận ra rằng có nhiều tình huống khó khăn bên ngoài là không thể kiểm soát và đôi khi không thể tránh né. Do đó, đạo Phật tập trung chủ yếu vào việc tìm hiểu khả năng linh hoạt của tâm thức, đặc biệt là trong ý nghĩa làm cho tâm thức giảm bớt được khuynh hướng đau khổ, bất chấp môi trường xung quanh.

Tóm lại, Phật giáo nhấn mạnh vào việc kiểm soát tự tâm hơn là kiểm soát môi trường chung quanh. Đây có thể là lý do tại sao đức *Dalai Lama* biểu lộ một mối quan tâm như thế về các nguyên nhân gây các chứng rối loạn tinh thần, chẳng hạn như chứng trầm cảm kinh niên, bởi vì Phật giáo quan tâm đến việc trừ bỏ các nguyên nhân chính yếu của những rối loạn như thế, không chỉ đơn giản là việc điều trị các triệu chứng. Bất chấp các tiến bộ y học trong hiểu biết về chứng trầm cảm kinh niên, *Lewis Judd* vẫn thẳng thắn thừa nhận rằng các loại thuốc chống trầm cảm không *"chữa khỏi"* các rối loạn này; chúng chỉ *"đối phó"* hay *"kiềm chế"* các rối loạn này khi các thầy thuốc lâm sàng *"cố gắng loại bỏ các triệu chứng"*. Điều này trước mắt có thể là hết sức hữu ích, nhưng nhắm đến lâu dài thì Phật giáo nhấn mạnh tầm quan trọng của việc xác định các nguyên nhân cần và đủ của tất cả các dạng rối loạn tinh thần

PHỤ LỤC 2: CÁC QUÁN CHIẾU PHẬT GIÁO

với hy vọng rằng chúng có thể bị loại trừ và người bệnh có thể hoàn toàn bình phục.

Tại sao y học rất thường tự giới hạn với các giải thích liên quan đến nguyên nhân vật lý và rất nhanh chóng chuyển hướng những ảnh hưởng khác sang phạm trù được gọi một cách hoa mỹ là "các hiệu ứng *giả dược*" (nên nhớ rằng *giả dược* được định nghĩa như là các chất không có hiệu quả y học đáng kể)? Tôi ngờ rằng điều này phần lớn do nơi sự kiện là trong 300 năm theo sau thời kỳ *Cách mạng Khoa học*[1] đã không có ngành khoa học nào về tâm thức ở Tây phương, và trong 100 năm đầu tiên phát triển ngành tâm lý học thì bản chất, nguồn gốc và hiệu lực nhân quả của ý thức đã bị bỏ qua một cách phổ biến với ngoại lệ ngắn ngủi của một vài nhà nội quan học như *William James*.[2] Như *James* đã nhận xét, những hiện tượng mà ta hết sức chú tâm vào sẽ trở nên có thật đối với ta, và những hiện tượng mà ta không quan tâm tới sẽ mờ nhạt đi thành trạng thái của các trình hiện tưởng tượng, mờ ảo, cuối cùng là tương

---

[1] Thời kỳ Cách mạng Khoa học (Scientific Revolution): giai đoạn được xác định vào khoảng năm 1500 đến 1700, là thời kỳ các nền tảng khoa học hiện đại được thiết lập ở Tây Âu. (ND)

[2] William James (1842-1910), triết gia người Mỹ và là nhà tâm lý học, người đã phát triển triết lý của chủ nghĩa thực nghiệm. (ND)

đương với chẳng có gì cả.[1] Trong khi não bộ đã trở thành rất thật đối với các nhà khoa học quan sát nó, thì các tương quan vật lý của hoạt động tinh thần, do không có được sự phát triển các kĩ thuật tinh vi tương đương để trực tiếp thám sát các hiện tượng tinh thần, các hiện tượng chủ quan như là hình ảnh tinh thần, lòng tin, cảm xúc và chính tự thân ý thức, đã bị xem một cách phổ biến như các hiện tượng phụ không thật của não bộ.

Các thiền giả Phật giáo thì ngược lại, từ lâu đã không lưu tâm đến các ảnh hưởng của não bộ lên tâm thức, và do đó cho rằng các ảnh hưởng này, nếu có, là không đáng kể. Nhưng họ đã phát triển một phạm vi rộng lớn các phương pháp quán chiếu và suy nghiệm nội tâm để rèn luyện sự tập trung tâm ý nhằm trực tiếp khảo sát về bản chất, nguồn gốc và hiệu lực nhân quả của các hiện tượng tinh thần, bao gồm bản thân ý thức; và để chuyển hóa tâm thức theo các chiều hướng có lợi. Kinh nghiệm rút ra từ sự thực hành đạo Phật trong nhiều thế kỷ qua nói lên rằng tâm thức có thể linh hoạt hơn và tiềm ẩn một năng lực lớn lao hơn nhiều so với giả định hiện nay của khoa học hiện đại. Tuy nhiên, như đức *Dalai Lama* có lần đã nhận xét, những phát biểu như

---

[1] Xem "The Perception of Reality" trong sách The Principles of Psychology (New York: Dover Publications, 1950) của William James, trang 290-291.

PHỤ LỤC 2: CÁC QUÁN CHIẾU PHẬT GIÁO

thế cũng giống như giấy bạc. Nếu muốn gán một giá trị cho chúng, ta phải xác nhận được rằng chúng được bảo chứng bởi kinh nghiệm có giá trị. Chỉ có những kinh nghiệm đó mới là lượng vàng bảo chứng cho loại tiền tệ là các phát biểu như trên của Phật giáo.

Liệu khoa nhận thức học hiện đại có đủ hiểu biết về não bộ và tâm thức để kết luận mà không sợ sai lầm rằng giả thuyết về một tâm thức phi vật lý là vô ích? Khi được hỏi chúng ta hiện nay hiểu được bao nhiêu phần trăm về chức năng của não bộ, nhà thần kinh học *Robert Livingston* trả lời: *"Khoảng 0,5%"*, và *Lewis Judd* cũng tán thành: *"Chúng ta hầu như chỉ mới khảo sát được phần cạn cợt nhất."* Dù vậy, người ta vẫn có thể theo quan điểm duy vật về tâm thức trên cơ sở là không có chứng cứ khoa học nào về sự tồn tại của bất kì một hiện tượng phi vật lý nào cả, nên giả thiết về một tâm thức phi vật lý không phải xem xét đến, dù chỉ trong chốc lát. Đây hẳn là một kết luận rất vững chắc nếu như khoa học phát triển được các thiết bị để phát hiện sự có mặt của các hiện tượng phi vật lý và các thiết bị đó xác nhận là không hề có các hiện tượng này. Tuy nhiên, trong phạm vi hiểu biết của tôi thì chưa từng có thiết bị nào như thế. Do đó, phát biểu rằng không có chứng cứ khoa học nào về sự tồn tại của bất kì hiện tượng phi vật lý nào là vô căn cứ. Nếu các nhà thần kinh học đã có một hiểu biết toàn diện về tất cả các nguyên nhân cần và đủ cho việc tạo ra ý thức, và nếu tất cả các nguyên nhân đó đều là nguyên nhân vật lý, thì tất cả các lý thuyết nhị nguyên của tâm thức và não bộ hẳn phải bị bác bỏ. Nhưng các nhà thần kinh học hiện thời đồng ý rằng họ còn cách rất xa mục tiêu đó.

Cũng là thích đáng khi nêu ra rằng, nói một cách nghiêm khắc thì vẫn chưa có bằng chứng khoa học nào về sự tồn tại của ý thức! Các nhà khoa học biết được sự tồn tại của nó chỉ vì tự mình nhận biết, và họ suy diễn trên cơ sở không khoa học đó, rằng các sinh vật tương tự khác cũng có ý thức. Nhưng một thực thể khác phải tương tự như thế nào với con người mới có thể cho là có ý thức? Khi xét đến sự có mặt hay vắng mặt của ý thức trong một bào thai con người chưa sinh ra và trong các loài vật thì không có được sự nhất trí khoa học, vì lý do đơn giản là không có phương tiện khoa học nào để phát hiện sự có mặt hay vắng mặt của ý thức trong bất kì thực thể nào. Điều này cho thấy sự thiếu thốn tri thức khoa học hiện nay về bản chất, nguồn gốc và hiệu lực nhân quả của ý thức. Lưu ý đến điều này, bây giờ chúng ta chuyển sang đề tài sự chấm dứt của khổ đau và khả năng có sự vắng bặt của tự thân ý thức.

PHỤ LỤC 2: CÁC QUÁN CHIẾU PHẬT GIÁO

Sự thật về sự chấm dứt của khổ đau

Khi toàn bộ khổ đau đã được nhận diện và các nguyên nhân cần và đủ của nó đã được phát hiện, câu hỏi Phật giáo đưa ra là: Có thể nào vĩnh viễn thoát khỏi khổ đau và cội nguồn của nó hay không? Nhiều nhà khoa học sẽ trả lời với sự khẳng định nhanh chóng: Khi bạn chết, tất cả các kinh nghiệm của bạn đều ngưng lại, vì ý thức tan biến mất. Nói cách khác, sự chấm dứt của khổ đau xảy ra do sự diệt mất cá nhân. Trong khi điều này thường được nâng lên thành quan điểm khoa học, thì từ góc nhìn của Phật giáo, tình trạng thiếu hiểu biết của thần kinh học hiện thời về nguồn gốc và bản chất của ý thức tạo ra độ tin cậy rất thấp đối với bất kì kết luận nào mà các nhà khoa học có thể rút ra về tác động lên ý thức của cái chết về mặt sinh học.[1]

Phật giáo Tây Tạng xác nhận rằng trong tiến trình của sự chết, các giác quan thông thường và năng lực nhận thức trở nên tiềm tàng. Kết quả cuối cùng của tiến trình này - khi tất cả năng lực tinh thần bình thường của chúng ta đã mất đi - không phải là sự đoạn diệt tâm thức, mà là sự hiển lộ của tâm thức rất vi tế mà từ đó tất cả các tiến trình tinh thần khởi nguồn. Theo Phật giáo Tây Tạng, sự hiện diện của tâm thức vi tế

---

[1] Về cơ bản, Phật giáo không cho rằng "chết là hết". Vì thế, cái chết mà chúng ta nhìn thấy được chỉ được xem là cái chết của thân xác, hay cái chết về mặt sinh học mà thôi. (ND)

này không phụ thuộc vào não bộ, cũng không đòi hỏi sự mất đi của ý thức. Đúng hơn, kinh nghiệm của loại tâm thức này là kinh nghiệm của sự nhận biết trực tiếp và nguyên sơ, được xem như là nền tảng cấu thành của thế giới tự nhiên. Khi sự nối kết giữa tâm thức vi tế này và thân thể bị cắt đứt, cái chết xảy ra. Nhưng tâm thức này không biến mất. Ngược lại, từ nơi tâm thức này tạm thời khởi lên một "thân thể tinh thần" (*thân trung ấm*), tương tự như loại thân thể phi vật lý mà người ta có trong giấc mơ. Theo sau cái chết của một người là một chuỗi kinh nghiệm tương tự như trong giấc mơ, rồi sau đó "*thân thể tinh thần*" này cũng " *chết đi*", và ngay khoảnh khắc tiếp theo đó thì đời sống kế tiếp bắt đầu, chẳng hạn như trong tử cung của người mẹ tương lai. Trong suốt thời gian phát triển bào thai, các giác quan và năng lực nhận thức khác nhau được phát triển dựa vào sự hình thành của cơ thể. Nhưng ý thức tinh thần được cho là đã có mặt từ thời điểm thụ thai.

Những gì là nền tảng kinh nghiệm của lý thuyết luân hồi vừa được trình bày sơ lược như trên? Nhiều thiền giả Tây Tạng bậc cao nói rằng họ có thể nhớ lại được các sự kiện trong lần chết trước đây của họ, những kinh nghiệm tương tự như trong giấc mơ theo sau đó, và tiến trình của sự thọ sinh. Trong nhiều trường hợp, họ cũng nhớ lại được các sự kiện chi tiết từ những kiếp sống

PHỤ LỤC 2: CÁC QUÁN CHIẾU PHẬT GIÁO

quá khứ; vì theo thuyết này thì các kí ức được lưu giữ trong dòng tương tục của tâm thức được mang theo từ kiếp này sang kiếp khác. Những người không tu tập thiền định cũng có thể có khả năng nhớ lại các tiền kiếp của họ, như trong thí dụ đức *Dalai Lama* đã đưa ra về hai cô gái ở Ấn Độ nói rằng họ nhớ lại được tên của những người họ quen biết trong kiếp trước. Tuy nhiên, theo Phật giáo thì hầu hết người ta không thể nhớ được tiền kiếp của họ, vì các kinh nghiệm đó bị che khuất bởi các kinh nghiệm gần hơn của đời sống hiện tại, cũng giống như hầu hết những người lớn chỉ nhớ được rất ít về thời thơ ấu của chính đời sống này.

Trong hội nghị này, sự khó khăn của các nhà khoa học trong việc nhận hiểu khái niệm tâm thức vi tế của Phật giáo có vẻ như thật kỳ lạ, bởi vì ý niệm về các hiện tượng vật lý vi tế là phổ biến trong khoa học. Chẳng hạn, trường điện từ của một đơn điện tử là một hiện tượng vi tế, chỉ có thể được nhận biết bởi các thiết bị rất tinh vi. Cũng vậy, ánh sáng từ các thiên hà cách xa hàng tỉ năm ánh sáng là rất vi tế và chỉ có thể được phát hiện bởi các kính viễn vọng rất mạnh và tinh vi. Tương tự, Phật giáo thừa nhận sự tồn tại của các trạng thái vi tế của sự nhận biết và các sự kiện tinh thần mà chỉ có thể được phát hiện với sự chú tâm nhạy cảm, tập trung bền vững. Ý thức thông thường quá thô thiển và không ổn định nên không thể nhận ra các hiện tượng như thế, nhưng Phật giáo đã phát minh ra rất nhiều phương thức rèn luyện sự định tâm - mà khoa học hiện đại không biết tới - để tâm thức có thể nhận biết chắc chắn các hiện tượng tinh thần và vật lý ngày càng vi tế hơn.[1] Trong khi các trạng thái vi tế của sự nhận biết chỉ có thể được nhận ra bởi sự nhận biết rất tinh tế, thì ngay cả các trạng thái tinh thần thô thiển nhất, chẳng hạn như sự giận dữ (có thể được nhận biết chắc chắn một cách trực tiếp bởi một tâm thức bình thường không tu tập) thì vẫn không thể phát hiện trực tiếp bởi các thiết bị vật lý của thần kinh học hiện đại: họ chỉ phát hiện được các tương quan thần kinh tâm lý của những trạng thái tinh thần như thế và các biểu hiện vật lý khác có liên hệ. Do đó, mọi trạng thái của ý thức có thể xem là quá vi tế đến mức thần kinh học hiện đại không thể phát hiện.

Trong khi ở Tây phương niềm tin vào kiếp sau hay sự tương tục của tâm thức sau khi chết thường chỉ được xem như một cách hành xử lạc quan của niềm tin, thì Phật giáo trái lại cho rằng niềm tin vào sự chấm dứt một cách tự động và vĩnh viễn của khổ đau ở thời điểm chết do sự biến

---

[1] Các phương thức này được bàn đến một cách chi tiết trong tác phẩm The Bridge of Quiescense Experiencing Tibetan Buddhist Meditation (Chicago: Open Court, 1997) của B. Alan Wallace.

PHỤ LỤC 2: CÁC QUÁN CHIẾU PHẬT GIÁO

mất của ý thức chỉ là một cách hành xử lạc quan của niềm tin mà không có các cơ sở thực nghiệm hay lập luận thuyết phục nào để hỗ trợ. Phật giáo quả thật có nói rằng khổ đau cùng với nguồn gốc của nó có thể diệt trừ tận gốc một cách vĩnh viễn, nhưng điều này đòi hỏi một sự tinh luyện khéo léo và lâu bền của tâm thức và sự diệt trừ nguyên nhân căn bản của khổ đau - cụ thể là vô minh và ảo tưởng - thông qua việc nuôi dưỡng tuệ giác thiền định và tri thức. Những phương thức để phát triển một tuệ giác như thế được trình bày trong con đường hướng đến sự giải thoát của Phật giáo.

Sự thật về con đường diệt khổ

Theo Phật giáo Tây Tạng, gốc rễ nền tảng của khổ đau là một loại vô minh có tính bẩm sinh về bản chất cá tính của chính mình, ý thức của chính mình và thế giới mà mình nhận thức. Truyền thống này xác nhận rằng tất cả mọi người đều sinh ra với những sự vô minh này, trừ những người đã được giác ngộ ở bậc cao. Nhưng sự vô minh này có thể bị suy yếu đi và thậm chí là bị loại bỏ hoàn toàn. Một cách cụ thể, do ảnh hưởng của sự vô minh bẩm sinh như vậy, ta bám chấp vào tính nhị nguyên tuyệt đối của *ta* và *người khác*, và điều này lại dẫn tới sự cụ thể hóa tất cả kiểu loại hiện tượng tinh thần và vật lý, cũng như là sự phân chia của chính hai phạm trù tinh thần và vật chất. Theo quan điểm *Trung quán*, loại vô minh như thế bị đối trị bởi việc nhận biết rõ cách thức mà tất cả các hiện tượng, kể cả *bản ngã*, tồn tại như là các sự kiện có quan hệ một cách phụ thuộc lẫn nhau như đã mô tả trước đây trong luận văn này.

Cùng với sự vô minh bẩm sinh như thế, con người còn là đối tượng của một loại khổ não tinh thần thứ hai được biết như là *vô minh ức đoán*. Không ai sinh ra sẵn có loại vô minh này, nó thực ra được tiếp nhận thông qua sự truyền bá và ức đoán sai lầm. Phật giáo luôn cho rằng do kết quả của việc tiếp nhận các giả định ức đoán không có căn cứ, ta có thể trở nên nhầm lẫn nhiều hơn so với khi không nhận được bất kì sự giáo dục chính thức nào.

Vì vậy, nhiệm vụ đúng đắn của việc rèn luyện trong Phật giáo là không truyền thụ cho người ta những giáo điều định sẵn hay một loạt các nguyên lý triết học. Thay vì vậy, phải khích lệ người ta tự mình khảo sát và kiểm định các giả thiết được ấp ủ lâu nhất về bản chất của thực tại. Bằng cách liên tục kiểm tra lại các giả định của chúng ta qua sự khảo sát khắt khe bằng phương pháp quan sát cẩn thận và lập luận rõ ràng, ta tự tạo ra khả năng khám phá và xóa bỏ sự nhầm lẫn do ức đoán của chính mình. Một khi sự nhầm lẫn này được quét sạch, ta sẽ đạt đến một mức độ có hiệu quả hơn nhiều trong việc nhận

PHỤ LỤC 2: CÁC QUÁN CHIẾU PHẬT GIÁO

biết và chế ngự phần vô minh bẩm sinh tiềm ẩn cùng với những đau khổ tinh thần do nó gây ra. Trong đạo Phật, sự lành mạnh tinh thần và mức độ trưởng thành tâm linh có thể được đo lường trong mối quan hệ trực tiếp với sự thành công của một người trong việc chế ngự hai loại khổ não tinh thần này.

Trong khi lưu tâm đến sự phân loại hai lớp vô minh như thế, ta hãy khảo sát những điểm chung giữa Phật giáo và khoa học hiện đại như là 2 phương pháp khác hẳn nhau trong việc đối mặt với thực tại. Một bên sử dụng những phương thức gắn liền với một hệ thống tư tưởng và bên kia thì bằng cách theo đuổi các nghiên cứu khoa học. Nhà nhân chủng học xuất sắc *Clifford Geertz*[1] nhận xét về vấn đề này: *"Khoa học đặt tên cấu trúc của các trạng thái theo cách sao cho khuynh hướng hàm ý đối với chúng là vô tư... Nhưng hệ tư tưởng đặt tên cấu trúc của các trạng thái theo cách sao cho khuynh hướng hàm ý đối với chúng là sự tin tưởng."*[2] Geertz đề cập tới lòng tin tôn giáo như là một mô thức kiểu mẫu của hệ tư tưởng, và ông lưu ý rằng điều này có liên quan tới sự thừa nhận trước một quyền

---

[1] Clifford Geertz, nhà nhân chủng học người Mỹ, sinh năm 1926 và mất năm 2006. Ông đã có những đóng góp quan trọng mang tính cách mạng về quan điểm trong ngành học này vào những năm 70 của thế kỷ trước. (ND)

[2] The Interpretation of Cultures (New York: Basic Books, 1973) của Clifford Geertz, trang.230-231.

lực chuyển hóa kinh nghiệm. Một cách ngắn gọn, đối với bất cứ hệ tư tưởng nào, ai muốn hiểu biết thì trước hết phải có lòng tin.

Khó khăn của việc tiếp thu một hệ tư tưởng phát sinh khi có sự khác biệt giữa những gì được tin tưởng với những gì có thể được xác nhận bởi chứng cứ thuyết phục. Nhưng cái gì cấu thành chứng cứ thuyết phục và nó được dành cho ai? Các nhà khoa học tin vào chủ nghĩa duy vật thì hết sức hoài nghi đối với bất kì chứng cứ nào không phù hợp với quan điểm đó. Như *Allan Hobson*[1] nhận xét, tâm tư của họ phải cởi mở đối với các chứng cứ như thế, nhưng sự cởi mở đó còn rất hẹp hòi. Mặt khác, các nhà Phật học Tây Tạng là những người tin vào thuyết luân hồi thì lại hết sức hoài nghi các khẳng định của khoa học thần kinh rằng tâm thức chỉ hoàn toàn là một hiện tượng phụ hay chức năng của bộ não. Do đó, với cùng một chứng cứ của khoa học thần kinh được đưa ra, các nhà vật lý thấy đó là chứng cứ thuyết phục để bác bỏ sự tồn tại phi vật lý của tâm thức, trong khi các nhà Phật học Tây Tạng theo truyền thống và những người không theo chủ nghĩa duy vật thì không thấy như vậy.

Hầu hết các nhà khoa học hẳn phải thừa nhận họ không thật sự biết rằng "*ý thức không phải là gì khác hơn một chức năng của não*"; và

---

[1] J. Allan Hobson, nhà giáo dục và tâm lý trị liệu người Mỹ, sinh năm 1933. (ND)

PHỤ LỤC 2: CÁC QUÁN CHIẾU PHẬT GIÁO

tôi tin rằng hầu hết các nhà Phật học hẳn cũng thừa nhận họ không thật sự biết rằng "*ý thức là một cái gì đó nhiều hơn là một chức năng của não*". Và sự thuyết phục diễn ra rất mạnh ở cả hai phía, cho thấy rằng hai bên tin theo các hệ tư tưởng rất khác biệt nhau. Nếu điều này đúng, thì các nhà khoa học cũng như các nhà Phật học đều như nhau, cùng có khuynh hướng nghiêng về các hệ tư tưởng - theo cách nói của *Robert Livingston*[1] là "*các giả định ức đoán*". Trong khi lịch sử khoa học phần lớn là việc tự sửa chữa các giả định ức đoán sai lầm, thì như *Robert Livingston* chỉ ra, Phật giáo cũng đặt ưu tiên cao cho việc xóa bỏ các vô minh như thế để có thể loại trừ *vô minh bẩm sinh* ẩn sâu hơn nơi cội nguồn của đau khổ.

Có lẽ để khảo sát điểm chung này mà đức *Dalai Lama* đã dẫn ra sự phân chia ba loại hiện tượng theo Phật giáo. Loại thứ nhất bao gồm các hiện tượng có thể trực tiếp nhận hiểu hay chứng minh bằng thực nghiệm. Loại thứ hai là các hiện tượng được biết qua suy luận hợp lý, nhưng không trực tiếp. Loại thứ ba bao gồm những hiện tượng được chấp nhận hoàn toàn dựa trên sự xác nhận hay uy tín của một người khác. Ngài cũng bổ sung ngay rằng đây không phải là các phẩm

---

[1] Robert Livingston: đồng tác giả của tác phẩm Consciousness at the Crossroads, biên soạn cùng với tiến sĩ B. Alan Wallace. (ND)

chất vốn có của các loại hiện tượng khác nhau; mà là tùy thuộc vào sự giới hạn kiến thức của chính chúng ta. Một sự kiện được một người biết đến hoàn toàn dựa trên sự xác nhận của người khác (loại thứ ba), nhưng có thể được một người thứ hai biết đến qua suy luận (loại thứ nhì); và cùng một sự kiện đó lại có thể được một người thứ ba nhận biết trực tiếp (loại thứ nhất). Mọi người đã đồng ý rằng nhiệm vụ của khoa học là giảm thiểu số lượng các hiện tượng thuộc loại thứ ba, và cố gắng hết sức để chuyển đổi tối đa các hiện tượng thuộc loại thứ nhì sang loại thứ nhất. Điều này thật ra cũng là mục tiêu của đạo Phật.

Bởi vì Phật giáo được phần lớn Tây phương xem như chỉ đơn thuần là một tôn giáo, nên nền học thuật của đạo Phật vẫn được nhiều người xem như là một hệ thống tư tưởng, ngược lại với kiến thức khoa học. Quả thật, nhiều nhà Phật học tiếp nhận một cách không phê phán các giáo lý trong tín ngưỡng của họ như là một giáo điều, mà không hề đưa ra phân tích bằng lý lẽ hay thực nghiệm. Các hệ thống tư tưởng thường không dựa trên kinh nghiệm trực tiếp hay sự phân tích hợp lý và thuyết phục, mà là dựa trên sự chứng nhận của một người khác, chẳng hạn như đức Phật, người được xem là có đủ uy tín. Nếu những lời dạy của đức Phật không được chấp nhận như là đáng tin cậy, thì nền tảng của hệ tư tưởng này sẽ hoàn toàn tan biến. Cho dù nhiều Phật

PHỤ LỤC 2: CÁC QUÁN CHIẾU PHẬT GIÁO

tử quả là có chấp nhận giáo lý nhà Phật theo cách này, nhưng đức Phật từng răn dạy các đệ tử tin theo Ngài rằng: *"Các tỳ-kheo! Cũng như người khôn ngoan chỉ chấp nhận vàng sau khi đã thử nghiệm bằng cách nung nóng, cắt gọt, và nén dập nó, những lời của ta cũng vậy, chỉ được chấp nhận sau khi đã kiểm tra chúng, chứ không phải do sự tôn kính (đối với ta)."*[1] Do đó, sự tin tưởng không tra xét vào một hệ tư tưởng chẳng những là không cần thiết trong Phật giáo, mà còn bị quở trách rõ ràng bởi chính đức Phật!

Trong khi tri thức khoa học thường được xem như tương đồng với các khám phá thực nghiệm, với việc liên tục giảm thiểu sự phụ thuộc vào suy đoán hay sự xác nhận của người khác, thì tôi tin rằng ngay cả chỉ với một sự kiểm tra lướt qua về lịch sử khoa học cũng đủ để chứng minh rằng quan điểm so sánh này không hề chính xác. Với sự chuyên môn hóa đồ sộ trong các ngành khoa học và khối lượng khổng lồ các nghiên cứu đã từng thực hiện xuyên suốt lịch sử và trên toàn thế giới ngày nay thì không một ai có thể hy vọng xác nhận được bằng thực nghiệm các khám phá của những người khác trong cộng đồng khoa học. Hơn thế nữa, nghiên cứu khoa học thực

---

[1] Câu này thường được trích dẫn trong kinh văn Tây Tạng, được trích từ bản sớ giải Vimalaprabhā về Kālacakra, mặc dù nó cũng thấy xuất hiện trong Kinh tạng Pāli. Phần tiếng Sanskrit được trích dẫn trong Tattvasaṃgraha, do D. Shastri biên tập (Vārāṇasī: Bauddhabharari, 1968), k. 3587.

nghiệm tin cậy vào các công cụ tinh vi của công nghệ, nhưng ít có khoa học gia nào đủ thì giờ hay có ý muốn kiểm tra kĩ thuật của mọi công cụ mà họ sử dụng. Để tri thức khoa học có thể tiến triển, các nhà khoa học ngày càng buộc phải tin cậy nhiều hơn vào các xác nhận của những đồng nghiệp khoa học và công nghệ trong quá khứ cũng như hiện tại. Trong hầu hết các trường hợp, tôi tin rằng sự tin cậy đó là cần thiết, nhưng nói chung thì như vậy quả thật là tin cậy vào uy tín của người khác chứ không phải các quan sát của chính mình hay các lập luận chặt chẽ. Vì điều này là đúng trong giới khoa học, nên nó còn hoàn toàn đúng hơn đối với cả cộng đồng xã hội, vốn là nguồn tài trợ cho nghiên cứu khoa học - người ta xem các nhà khoa học như là những người có uy tín trong lãnh vực tương ứng của họ và chấp nhận những lời nói của họ trên cơ sở sự tin cậy đó. Sự tin cậy này được bảo đảm bởi lòng tin rằng, nếu một người đã được tham gia sự đào tạo khoa học cần thiết và tự mình tiến hành một loại nghiên cứu cụ thể nào đó, thì về nguyên tắc người đó hẳn có thể thẩm tra kết quả nghiên cứu của những người khác một cách thực nghiệm, hay ít nhất cũng bằng sự phân tích hợp lý. Các thiền giả Phật giáo cũng có cùng một sự tin cậy như thế khi tiếp nhận sự giáo huấn chính thức trong Phật giáo và cố gắng tự mình chứng nghiệm các khám phá có mục đích của chính đức

PHỤ LỤC 2: CÁC QUÁN CHIẾU PHẬT GIÁO

Phật về bản chất của khổ đau, nguồn gốc của khổ đau, sự chấm dứt của khổ đau, và con đường đi đến sự chấm dứt đó.

Sự thẩm tra của người Phật tử đối với ba loại hiện tượng trên được tiến hành bằng vào bốn nguyên lý lập luận[1] mà đức *Dalai Lama* chỉ nêu ra một cách vắn tắt trong cuộc hội nghị này.[2] Để mở rộng một cách tinh giản những lời giảng của Ngài ở đây, có thể hiểu là *nguyên lý phụ thuộc* chỉ cho sự phụ thuộc của các hiện tượng kết hợp vào các nguyên nhân của chúng, chẳng hạn như sự phụ thuộc của nhãn thức vào thần kinh thị giác. Nguyên lý này cũng gắn liền với sự phụ thuộc của bất kỳ loại hiện tượng nào vào chính các thành phần và thuộc tính của nó, hoặc phụ thuộc vào các thực thể khác, như trong sự tương thuộc giữa *"lên"* với *"xuống"*, giữa *"cha mẹ"* với *"con cái"*. *Nguyên lý về năng lực* gắn liền với hiệu quả nguyên nhân của một hiện tượng cụ thể, chẳng hạn như khả năng của một hạt bắp tạo ra một thân cây bắp. *Nguyên lý chứng minh hợp lý*

---

[1] Xem lại phần Nghiệp và thế giới tự nhiên, trang 170. (ND)

[2] Đức Dalai Latma đề cập đến 4 nguyên tắc này đầy đủ hơn trong tác phẩm The World of Tibetan Buddhism (Boston: Wisdom, 1995), trang 47-49, nhưng chúng còn được thảo luận chi tiết hơn nữa trong bài luận văn của Matthew Kapstein: "Mi-pham's Theory of Interpretation", trong tác phẩm Buddhist Hermeneutics, được biên tập bởi Donald S. Lopez, Jr. (Honolulu: University of Hawaii Press, 1988), trang 152-161.

bao gồm ba phương thức để người ta xác nhận sự tồn tại của bất kì điều gì - đó là: trực tiếp nhận thức, suy đoán chắc chắn, và tri thức dựa vào sự xác nhận. Ba phương thức này tương ứng với sự phân chia ba loại hiện tượng về mặt nhận thức như đã nói trên, và rõ ràng là không phải là về mặt bản thể. *Nguyên lý về bản chất* chỉ đến bản chất của các hiện tượng tồn tại trong các đặc tính riêng và chung của chúng. Chẳng hạn, một đặc tính riêng của nhiệt là độ nóng và một trong các đặc tính chung của nó là vô thường. Để minh họa cho nguyên lý này, đức *Dalai Lama* nêu ra sự thật rằng cơ thể là sự kết hợp của các hạt tử vật chất và sự thật là ý thức hoàn toàn thuộc về bản chất của sự sáng tỏ và nhận biết. Những sự kiện này hoàn toàn phải được chấp nhận vì ý nghĩa hiển nhiên: chúng không được giải thích bởi sự khảo sát các nguyên nhân của cơ thể và tâm thức hay hiệu quả nguyên nhân của riêng chúng.

Hãy áp dụng bốn nguyên lý này vào sự hiểu biết duy vật về ý thức. Theo quan điểm này, ý thức chỉ đơn thuần là một điều kiện tự nhiên của não bộ đã hoạt hóa, rất giống như hơi nóng là một điều kiện tự nhiên của lửa (*nguyên lý về bản chất*) Như thế, ý thức tan biến ngay khi não không còn hoạt động (*nguyên lý phụ thuộc*), và nó không có hiệu lực nguyên nhân nào của riêng nó, ngoại trừ não bộ (*nguyên lý về năng lực*). Các kết luận này dựa trên những quan sát trực tiếp

PHỤ LỤC 2: CÁC QUÁN CHIẾU PHẬT GIÁO

của các nhà thần kinh học khi khảo sát về các mối tương quan giữa tâm thức và não bộ; chúng được suy đoán ra bởi các nhà triết học hiểu biết về các tương quan như thế; và chúng được chấp nhận như một sự thật bởi nhiều người thừa nhận chủ nghĩa duy vật khoa học mà không tự biết được các sự kiện thực nghiệm hay các lý lẽ lô-gíc làm nền tảng cho nó (*nguyên lý về chứng minh hợp lý*).

Ngược lại, theo quan điểm Phật học thì ý thức hoàn toàn thuộc về bản chất sáng tỏ và nhận biết, rất giống như lửa thuộc về bản chất của nhiệt (*nguyên lý về bản chất*). Các trạng thái cụ thể của ý thức khởi lên trong sự phụ thuộc vào các giác quan,[1] các đối tượng của sự cảm thụ,[2] và các trạng thái phi vật lý trước đó của ý thức (*nguyên lý phụ thuộc*); và rồi các trạng thái ý thức này lại ảnh hưởng đến những trạng thái tinh thần và vật lý tiếp theo sau, gồm cả các ảnh hưởng gián tiếp lên thế giới vật chất bên ngoài (*nguyên lý về năng lực*). Các kết luận này được thừa nhận dựa trên quan sát trực tiếp của các thiền giả, những người đã thâm nhập và nhận hiểu một cách thấu đáo về bản chất của ý thức; chúng được suy đoán ra bởi các nhà triết học dựa trên cơ sở kinh nghiệm của người khác; và chúng

---

[1] Thuật ngữ Phật học gọi là các *căn*, bao gồm 6 căn (*lục căn*) là mắt, tai, mũi, lưỡi, thân và ý (nhãn căn, nhĩ căn, tỉ căn, thiệt căn, thân căn và ý căn).

được chấp nhận như một sự thật bởi nhiều Phật tử tin nhận Phật học mà không tự biết được các sự kiện thực nghiệm hay các lý lẽ lô-gíc làm nền tảng cho nó (*nguyên lý về chứng minh hợp lý*).

Trong việc đánh giá hai cách hiểu về ý thức hoàn toàn khác nhau này, câu hỏi trọng tâm nảy sinh là: Những người nào được cho là đáng tin cậy trong vấn đề ý thức, dựa trên tri kiến trực tiếp riêng biệt của họ? Những người Tây phương hiện đại có thể hết sức hoài nghi bất kì ai tự cho mình là người đáng tin cậy mà không phải là một nhà thần kinh học tài ba. Ngược lại, các Phật tử Tây Tạng truyền thống cũng có thể hoài nghi tương tự đối với bất kì ai tự cho mình là đáng tin cậy trong vấn đề ý thức mà chưa đạt được các mức độ thiền định bậc cao để qua đó tự quay vào quán xét bản chất của tâm thức. Người ta phải dựa vào những tiêu chuẩn nào để đánh giá ai là người đáng tin cậy, và ai có thể đưa ra một sự xác nhận đáng tin cậy? Nói cách khác, những quan sát trực tiếp của ai được cho là đáng tin cậy? Tôi rất ngờ rằng những giải đáp cho các câu hỏi trên phải hướng tới vai trò của hệ tư tưởng, và có lẽ sự thật hóa ra lại là: những ai muốn hiểu biết - dù là thông qua sự suy đoán hoặc dựa trên sự xác nhận đáng tin cậy - thì trước hết phải có lòng tin. Những câu hỏi này chắc chắn là rất đáng để được khảo sát chi tiết hơn nhiều, đặc biệt là trong khuôn khổ

PHỤ LỤC 2: CÁC QUÁN CHIẾU PHẬT GIÁO

của cuộc đối thoại giao lưu văn hóa như thế này.

Trước khi kết thúc, tôi muốn nêu lên một vấn đề cuối cùng, vốn là trọng tâm của Phật giáo cũng như đối với chính đức *Dalai Lama*, đó là lòng từ bi. Như đức *Dalai Lama* đã nhiều lần nhận xét, các lý thuyết triết học và tôn giáo đổi khác từ nền văn hóa này sang nền văn hóa khác, và các lý thuyết khoa học phải thay đổi theo thời gian, nhưng tầm quan trọng của yêu thương và từ bi thì lại không thay đổi trong suốt lịch sử con người. Con đường đi đến giải thoát và thức tỉnh tâm linh của Phật giáo Tây Tạng cũng thế, luôn nhấn mạnh như nhau vào việc nuôi dưỡng tuệ giác và từ bi. Trong thực tế, tri kiến chứng nghiệm hướng đến trong đạo Phật được cho là để hỗ trợ và nâng cao lòng từ bi của con người, và bất cứ quan điểm nào làm suy giảm lòng từ bi đều bị xem là hết sức đáng ngờ.

Có lẽ vì nghĩ đến điều này nên trong hội nghị đức *Dalai Lama* đã hỏi những người tham dự Tây phương - những người luôn quả quyết về sự đồng nhất giữa tâm thức (và hàm ý một con người) với não bộ - rằng họ có thể cảm thấy xúc động với một bộ não hay không? Phản ứng chung trong các nhà thần kinh học có lẽ được biểu lộ rõ nhất bởi *Antonio Damasio*: *"Điều mà tôi có thể cảm thấy xúc động phải là một cá nhân cụ thể, một người mà tôi quen biết... Tôi không thấy xúc động chút nào [với các bộ não]". Lewis Judd đã phát biểu trong một kiểu cách tương tự: "Người y sĩ cống hiến tri thức và kĩ năng của mình vì lợi ích của bệnh nhân như là một tổng thể, một con người, không phải vì một bộ phận riêng rẽ hay một cơ quan nào đó... Bệnh nhân không phải chỉ là một lá gan hay bộ não có bệnh, hay bất kỳ cơ quan nào... Bệnh nhân là một con người kết hợp trọn vẹn."* Nhưng "cá nhân cụ thể" hay "con người trọn vẹn" này phải tìm thấy ở đâu? Theo chủ nghĩa duy vật, liệu đây có phải là gì khác hơn một ảo giác không có cơ sở? Và trong trường hợp nào thì hệ tư tưởng này không làm suy giảm nghiêm trọng lòng yêu thương và từ bi?

Theo quan điểm *Trung quán*, một người không thể được xác định với chỉ riêng phần tâm thức hay não bộ, hay phần còn lại của thân thể. Nhưng không có cá nhân nào có thể được tìm thấy qua sự phân tích bên ngoài thân thể cũng như tâm thức. Không có *"cái tôi"*, hay tự ngã nào có thể được tìm thấy dưới sự khảo sát kĩ lưỡng theo kiểu bản thể học như thế, vậy nên những người theo *Trung quán tông* kết luận, cũng giống như nhiều nhà thần kinh học ngày nay, rằng *bản ngã không tồn tại một cách khách quan hay vốn có, không liên quan đến sự định danh theo khái niệm.* Tuy nhiên, những người theo *Trung quán tông* cũng thêm rằng, trong khi không có ai trong chúng ta tồn tại như những thực thể độc lập, thì chúng ta quả thật *có tồn tại* trong mối tương quan qua lại với nhau. Do đó, ta không tồn tại trong sự cách biệt xa lạ với các chúng sinh hữu tình khác và với môi trường quanh ta; thay vì vậy, chúng ta tồn tại trong sự phụ thuộc sâu sắc lẫn nhau, và nhận thức này được cho là tạo ra được cảm xúc thương yêu và từ bi sâu sắc hơn nhiều so với cảm xúc gắn liền với ý thức vật thể hóa về sự riêng biệt và tự tồn của mỗi cá nhân chúng ta.

Dù có bất cứ sự hiểu biết mới mẻ nào có thể nảy sinh từ sự cộng các giữa các nhà Phật học và thần kinh học, tôi hy vọng là những hiểu biết ấy có thể dẫn dắt chúng ta trở nên những con người ngày càng tử tế, giàu tình cảm và biết cảm thông hơn. Tôi xin kết thúc luận văn này bằng chính những lời kết luận của đức *Dalai Lama*: *"Cho dù lòng từ bi có tồn tại độc lập trong bản ngã hay không, tôi nghĩ rằng trong đời sống hằng ngày, chắc chắn lòng từ bi vẫn là nền tảng cho niềm hy vọng, là nguồn gốc và sự bảo đảm cho tương lai con người."*

TÀI LIỆU ĐỌC THÊM

- *The World of Tibetan Buddhism*, The Dalai Lama, (bản dịch Anh ngữ của Thubten Jinpa), Wisdom, Boston, 1995
- *The Meaning of Life from a Buddhist Perspective*, The Dalai Lama, (Jeffrey Hopkins biên tập và dịch sang Anh ngữ), Wisdom, 1992
- *Gentle Bridges - Conversation with the Dalai Lama on the Science of the Mind*, (Jeremy Hayward và Francisco J Varela biên tập), Shambhala, USA, 1992
- *Cutting Through Appearances: Practice and Theory of Tibetan Buddhism*, (Geshe Lhundup Sopa and Jeffrey Hopkins biên tập), Snow Lion, New York, 1989
- *Myriad World*, Jamgön Kongtrul, Snow Lion, 1995
- *Pure Appearance: Development and Completion Stages in Vajrayana Practice*, H. H. Dilgo Khyentse Rinpoche, Snow Lion, 1996

THUẬT NGỮ

Abhidharma *A-tì-đạt-ma hay Vi diệu pháp*

Abhidharmakosha (*Abhidharmakośa-śāstra*) *A-tì-đạt-ma Câu-xá luận*, của ngài *Vasubandhu*. Bản dịch Anh ngữ (dịch lại từ bản dịch tiếng Pháp) của *Leo M. Pruden*, *Abhidharmakoshabhashyam*, Berkeley, California, Asian Humanities Press, 1991.

Abhidharmasamuchchaya (*Mahāyānābhidharma-samuccaya*) *Đại thừa A-tì-đạt-ma tập luận*, của ngài *Asaṅga*. Bản dịch Pháp ngữ của *Walpola Rahula*, *Le Compendium de la Super-Doctrine (Philosophie d' Asanga)*, Paris, Ecole Française d'Extrême-Orient, 1971. Tên Anh ngữ là *Compendium of Knowledge*.

anatman (*anātman*) *vô ngã*

Arhat *A-la-hán*. Trở thành *A-la-hán* là mục tiêu cuối cùng của *Śrāvakayāna* (*Thanh văn*). Một dạng *Niết-bàn*, vượt qua tái sinh nhưng chưa đạt Phật quả.

Arya *vị thánh*

Aryadeva (*Āryadeva*) *Thánh Đề-bà (Thánh Thiên)*, học trò của ngài *Nāgārjuna* và là tác giả của nhiều bộ luận giải quan trọng.

Asanga (*Asaṅga*) *Vô Trước*. Đại sư vĩ đại người Ấn (vào khoảng thế kỉ thứ 4), anh em cùng mẹ với *Vasubandhu* (Thế Thân), người đã soạn ra nhiều trước tác quan trọng của Đại thừa, được ban truyền từ đức *Bồ Tát Di-lặc*. Ngài đặc biệt được xem là người đề xướng Duy thức tông.

asura *a-tu-la, giới thần*

atman (*ātman*) *hữu ngã*

avidya (*avidyā*) *vô minh*

Bhavaviveka (*Bhāvaviveka*) Thanh Biện, cũng dịch là *Phân Biệt Minh*, một luận sư quan trọng trong trường phái *Svātantrika-mādhyamika* (Trung quán Y tự khởi).

bodhi *bồ-đề, giác trí, giác ngộ*. Sự gạn lọc tinh tế khỏi mê mờ và liễu ngộ được mọi phẩm chất (của thực tại).

Bodhicharyavatara (*Bodhicaryāvatāra*) *Đại giác nhập môn* hay *Nhập Bồ-đề hành luận*. Tác phẩm của ngài *Śāntideva*. Các bản dịch Anh ngữ bao gồm *A Guide to Bodhisattva's Way of Life* của *Stephen Batchelor*, Dharamsala, Library of Tibetan Works and Archieve, 1979; và *The Way of Bodhisattva*, của *Padmakara Translation Group*, Shambhala, Boston, 1997.

bodhichitta (*Bodhi-citta*) *bồ-đề tâm*

Bodhisattva (*Bodhisattva*) *Bồ-đề-tát đỏa, Bồ Tát*. Người phát đại nguyện đưa mọi chúng sinh đến liễu ngộ và là người thực hành *Bồ Tát* đạo của Đại thừa.

Buddhapalita (*Buddhapālita*) Phật Hộ. Đại sư Ấn Độ sống vào thế kỉ 4, người sáng lập

THUẬT NGỮ

trường phái *Prāsaṅgika-mādhyamika* (Trung quán Cụ duyên).

Chandrakirti (*Candrakīrti*) *Nguyệt Xứng*, sống vào khoảng thế kỉ 3 - 4, luận sư vĩ đại của trường phái *Prāsaṅgika-mādhyamika* (Trung quán Cụ duyên).

Chantideva Xem **Shantideva**

Chatuhshatakashastrakarika(*Catuḥśataka*) *Trung Đạo tứ bách kệ tụng*, tác phẩm của *Āryadeva*. Các bản dịch Anh ngữ của *K. Lang, Āryadeva's Chatuhshataka: On the Bodhisattva's Cultivation of Merit and Knowledge*, Indiske Studier, Vol. VII, Copenhagen, Akademish Forlag, 1986; và *Geshe Sonam Rinchen* và *Ruth Sonam, Yogic, Deeds of Bodhisattvas: Gyelstap on Āryadeva's Four Hundred*, Ithaca, Snow Lion, 1994.

Chittamatra (*Cittamātravāda*) *Duy thức tông*

Dasabhumika Sutra (*Daśabhūmika-sūtra*) *Thập địa kinh*

Dharmakirti *Pháp Xứng*, đại sư nổi tiếng thế kỉ 7.

duhkha (*duḥkha*) *đau khổ*

Gelug *Hoàng mạo phái hay Cách-lỗ phái*

Kalachakra (*Kālacakra*) *Thời luân, Bánh xe thời gian*

karma *nghiệp*

karuna (*karuṇā*) *từ bi, từ ái, từ tâm, nhân từ*

klesha (*kleśa*) *ý tưởng và xúc cảm ưu phiền, phiền não*

Madhyamaka (*Mādhyamika*) Trung quán, dùng theo nghĩa là *"trung đạo"*, trường phái triết học Phật giáo, một trong bốn trường phái chính. Đầu tiên được diễn giải bởi *Nāgārjuna* và được xem là cơ sở của *Kim cương thừa*. Trung đạo nghĩa là không chấp giữ theo các quan điểm cực đoan, đặc biệt là các chủ nghĩa thường hằng và chủ nghĩa hư vô.

Mahayana (*Mahāyāna*) Đại thừa, nghĩa là "cỗ xe lớn", phương tiện của các *Bồ Tát*. Mục tiêu của Đại thừa là toàn giác (Phật quả), vì lợi ích và sự cứu vớt tất cả chúng sinh.

Mahayana-uttaratantrashastra(*Ratnagotravibhāga-mahāyānanottaratantra-śāstra*) Đại thừa tối thượng luận, Cứu cánh nhất thừa bảo tính luận. Bộ luận này được cho là của ngài *Maitreya* (*Di-lặc*). Bản dịch Anh ngữ từ tiếng Phạn của *E. Obermiller*, *Sublime Science of the Great Vehicle to Salvation in Acta Orientalia 9* (1931), trang 81 - 306; và *Takasaki, A Study on the Ratnagotravibhaga*, Rome, ISMEO, 1966. Bản dịch Anh ngữ từ tiếng Tây Tạng của *Ken* và *Katia Holmes*: *The changeless Nature*, Dumfriesshire, Karma Drubgyud Darjay Ling, 1985. Tên Anh ngữ: *Supreme Continuum of Mahayana*.

Maitreya *Di-lặc*, vị Phật tương lai, sẽ ra đời tiếp theo sau Phật *Thích-ca Mâu-ni*.

Majjhima Nikaya (*Madhyamāgama* - Pāli: *Majjhima-nikāya*) *Trung A Hàm, Trung Bộ Kinh*

mandala (*mandāra*) *Mạn-đà-la*, vũ trụ với cung điện của một vị thánh ở trung tâm, được mô tả như là sự hình tượng hóa trong thực hành Mật tông.

Manjushri (*Mañjuśrī*) *Bồ Tát Văn-thù-sư-lợi*

mantra (*mantra*) *chú, mật chú, thần chú, chân ngôn*. Biểu thị của giác ngộ tối cao trong dạng âm thanh. Các âm tiết được dùng trong các thực hành hình tượng hóa để cầu khẩn các vị thánh trí tuệ.

Meru (*Sumeru-parvata*) *núi Tu-di*

moksa (*mokṣa*) *mộc-xoa; giải thoát*, tự do thoát khỏi luân hồi, đạt quả vị A-la-hán hoặc quả vị Phật.

Mulamahyamakakarika (*Mūlamadhyamaka-śāstra-kārikā*) *Căn bản Trung quán luận tụng, Trung quán luận*. Tác phẩm của *Nāgārjuna*. Bản dịch Anh ngữ của *F. Streng, Emptiness: A Study in Religious Meaning*, Nashville and New York, Abingdon Press, 1967. Xem thêm *K. Inada, Nagarjuna: A Translataion of his Mulamadhyamaka*, Tokyo, Hokuseido, 1970.

TỨ DIỆU ĐẾ

Mulamahyamakavrttiprasannapada
(*adhyamakavṛtti -prasannapadā*) *Trung quán minh cú luận.* Một luận giải của *Candrakīrti* về *Mūlamadhyamaka-kārikā* của ngài *Nāgārjuna*. Bản dịch Anh ngữ của một số chương có trong *M. Sprung, "Lucid Exposition of the Middle Way".* Tên Anh ngữ: *Clear Words.*

Nagarjuna (*Nāgārjuna*) Bồ Tát Long Thụ, đại luận sư người Ấn của thế kỉ 1-2, là người diễn giải giáo lý Trung quán, và soạn thảo nhiều luận giải triết học.

nirodha *diệt, Diệt đế, trạng thái chấm dứt hoàn toàn đau khổ.*

Nirvana (*Nirvāṇa* - *Pāli: Nibbāna*) Niết-bàn

Paramarthasatya (*Paramārtha -satya*) Chân đế, chân lý tuyệt đối

prajna (*Prajñā*) bát-nhã, tuệ, huệ, trí tuệ

Pramanavarttika　　　　　　　　　Xem **Pramanavarttikakarika**

Pramanavarttikakarika (*Pramāṇavarttika-kārikā*) *Chú giải tập lượng luận, Lượng thích luận,* tác phẩm của ngài *Dharmakīrti.* Tên Anh ngữ: *Commentary on the Compendium of Valid Cognition.* Xem thêm *Dreyfus, Georges B. J. Recognizing Reality: Dharmakirti's Philosophy and Its Tibetan Interpretations.* Albany: State University of New York Press, 1997.

THUẬT NGỮ

Prasangika (*Prāsaṅgika*) *Trường phái (Trung quán) Cụ duyên*

Prasannapada *Minh cú luận*. Xem ở tên đầy đủ là **Mulamahyamakavrttiprasannapada**

pratimoksha (*prātmokṣa*) *giới luật*

pratiyasamutpada (*pratītya-samutpāda*) *duyên khởi, có nguồn gốc phụ thuộc*

preta *ngạ quỷ*

samadhi (*samādhi*) *định*

samsara (*saṃsāra*) *luân hồi*, chu trình của sự sống chưa giác ngộ trong đó chúng sinh bị luân chuyển không kết thúc bởi các xúc cảm tiêu cực và nghiệp từ trạng thái này tái sinh sang trạng thái khác. Cội rễ của luân hồi là vô minh.

Samvaharasatya (*saṁvṛti-satya*) *Tục đế*, chân lý tương đối, sự thật trong vòng thế gian

Samyutta Nikaya (*Saṃyuktāgama* - Pāli: *saṃyutta-nikāya*) *kinh Tạp A-hàm, Tương ưng bộ kinh*

Sarvastivadin (*Sarvāstivāda*) *Nhất thiết hữu bộ*

Sautrantika (*Sautrāntika*) *Kinh lượng bộ*

shamatha (*śamatha*) *chỉ, định tĩnh, tĩnh lặng*, làm cho tâm thức an định để lắng dần các vọng tưởng.

Shantideva (*Śāntideva*) *Tịch Thiên*, luận sư vĩ đại của thế kỉ 7, tác giả *Nhập Bồ-đề hành luận*.

Shariputra (*Śāriputra*) *Xá-lợi-phất*, một trong 10 vị đại đệ tử vào thời đức Phật, được Phật khen là Trí tuệ đệ nhất.

shila (*śila*) *giới*

Shravaka (*Śrāvaka*) *Thanh văn*. Người theo giáo pháp Thanh văn thừa, với mục đích tự mình đạt được sự giải thoát khỏi đau khổ của luân hồi, tức là quả vị A-la-hán.

Shravakayana (*Śrāvakayāna*) *Thanh văn thừa*, nghĩa là giáo pháp của "những người lắng nghe" để nhận hiểu và tu tập trên cơ sở chủ yếu là Tứ thánh đế (Tứ diệu đế).

shunyata (*śūnyatā*) *tính không*, sự thiếu vắng của tính chất tồn tại thật sự trong mọi hiện tượng.

Siddhartha (*Siddhārtha*) *Tất-đạt-đa, Sĩ-đạt-đa*, vị thái tử con vua Tịnh-phạn, sau này giác ngộ và trở thành đức Phật *Thích-ca*.

sutra *kinh điển*, chỉ chung tất cả giáo lý do đức Phật truyền dạy, gồm cả Thinh văn thừa và Đại thừa.

Svatantrika (*Svātantrika*) (Trung quán) *Y tự khởi tông*

Tantrayana (*Tantrayāna*) *Kim cương thừa, Mật thừa*. Xem thêm **Vajrayana**.

Theravada (*Theravāda*) *Bộ phái Nguyên thủy, Trưởng lão bộ, Thượng tọa bộ*

Tsongkhapa *Tông-khách-ba*, đại sư nổi tiếng của Phật giáo Tây Tạng.

THUẬT NGỮ

Uttaratantra *Tối thượng luận.* Xem ở tên đầy đủ là **Mahayana-uttaratantrashastra**.

Vaibhashika (*Vaibhāṣika*) *Tì-bà-sa bộ, trường phái đặt cơ sở trên bộ Đại Tì-bà-sa luận (Mahāvibhāṣā).*

Vajrayana (*Vajrayāna*) *Kim cương thừa, Mật thừa.*

Vasubandhu *Bồ Tát Thế Thân,* đại sư người Ấn, anh em cùng mẹ với ngài *Asaṅga*, là người soạn thảo các bộ luận triết học cổ điển về các học thuyết của Nhất thiết hữu bộ, Kinh lượng bộ, và Duy thức tông.

vipashyanan (*vipaśyanā*) *minh sát,* pháp thiền thấu suốt nhờ sự quán sát, xem xét rõ ràng.

MỤC LỤC

Lời ngỏ cùng quý độc giả 5
Lời đầu sách 15

PHẦN MỞ ĐẦU
Lời nói đầu 17
  Các nguyên lý cơ bản của phật giáo 23
  Quy y và phát tâm Bồ-đề 24
  Duyên khởi 28
  Nhị đế 35
  Hỏi đáp 36

Chương I: Dẫn nhập 49

Chương II: Khổ đế (Chân lý về khổ ĐAU) 56
  Ba cảnh giới khổ đau 57
  Ba loại khổ đau 64
  Vô minh 71
  Ý thức 78
  Hỏi đáp 83

Chương III: 85
  Tập khổ đế (Chân lý về Nguồn gốc khổ) 85
  Nghiệp 87
  Phân loại các hành vi tạo nghiệp 87
  Nghiệp và cá nhân 94
  Nghiệp và thế giới tự nhiên 97
  Nghiệp và cảm xúc 102
  Hỏi đáp 106

MỤC LỤC

Chương IV: Diệt khổ đế (Chân lý về diệt khổ) 109
Tính Không 111
Bốn diễn dịch về Vô ngã hay về Tính không 111
Trung đạo 115
Các trường phái Trung quán 121
Ứng dụng hiểu biết về Tính không 124
Sự giải thoát 127

Chương V: Đạo đế (Chân lý về thoát khổ) 129
Giáo pháp Thanh văn thừa 130
Giáo pháp Đại thừa 132
Giáo pháp Kim cương thừa 136
Lời khuyên cho người thực hành Phật pháp 138
Kết luận 141

Phụ Lục 1: Từ bi - Cơ sở hạnh phúc con người 145

Phụ lục 2: Các quán chiếu Phật giáo 165
Sự thật về khổ đau 166
Sự thật về nguồn gốc của khổ đau 175
Sự thật về sự chấm dứt của khổ đau 191
Sự thật về con đường diệt khổ 195

Tài liệu đọc thêm 210

Thuật ngữ 211

www.ingramcontent.com/pod-product-compliance
Lightning Source LLC
LaVergne TN
LVHW021707060526
838200LV00050B/2542